நீலம்

வ.ஐ.ச.ஜெயபாலன்

டிஸ்கவரி பப்ளிகேஷன்ஸ்
எண்: 9, பிளாட் எண்: 1080A, ரோஹிணி பிளாட்ஸ்
முனுசாமி சாலை, கே.கே.நகர் மேற்கு,
சென்னை – 078. பேச: 9946650

நீலம் (கவிதைகள்) - வ.ஐ.ச.ஜெயபாலன்©
NEELAM (Poems) - **V.I.S. Jayapalan**©
அட்டை ஓவியம்: இளவேனில் வாசுகி ஜெயபாலன்
1st Edition: Feb - 2022; வெளியீட்டு எண்: 0086
112 Pages - Print in India
ISBN: 978-93-91994-96-9
Rs. 120

Publisher • Sales Rights

Discovery Publications
No. 9, Plot,1080A,
Rohini Flats, Munusamy Salai,
K.K.Nagar West, Chennai - 78.
Tamilnadu, India.
Mobile: +91 99404 46650

Discovery Book Palace (P) Ltd
No. 6, Mahaveer Complex,
Munusamy Salai, K.K.Nagar West,
Chennai-600 078.
Ph: (044) 4855 7525
Mobile: +91 87545 07070

discoverybookpalace@gmail.com
WWW.DISCOVERYBOOKPALACE.COM

உங்கள் மொபைல் போனிலிருந்து ஸ்கேன் செய்து டிஸ்கவரி புக் பேலஸின் மொபைல் ஆப்பை டவுன்லோடு செய்து, புத்தகங்களை வாங்குங்கள்.

சமர்ப்பணம்

சாதிச் சகதியில் வீழாமல் என்னைக் காத்து என் ஆளுமையை வளர்த்த அம்மாவுக்கும், யோவேல் போல் முதலான யாழ்ப்பாணத்து சாதி விடுதலை போராட்டத் தலைவர்களுக்கும், செல்வநாயகம் முதலான சகல ஈழத் தமிழ் இன விடுதலைப் போராளிகளுக்கும், எட்மண் சமரக்கொடிபோல தமிழர் விடுதலைக்காக வாழ்ந்த ஓரிரு சிங்கள தலைவர்களுக்கும், என்றும் எங்கள் துணையான உலகத் தமிழர்களுக்கும், மானுட சங்கமத்துக்கும்...

என் உரை

'நீலம்' எல்லைகளை இழத்தலின் வண்ணம் என்று தோன்றுகிறது. வானமும் கடலும் நீலமாய் கட்டிப்புரண்ட ஒரு காலைப்பொழுதில், கன்னியாகுமரி கடற்கரை மணலில் இளம் தோழி ஒருவருடன் நடந்துசென்றேன். அதிகம் பேசப்பட்ட எனது கவிதைகளில் ஒன்றான 'நீலம்' கவிதை அங்குதான் தோன்றியது. அக்கவிதையில் சொல்லியபடி கடலிலும் வானிலும் படர்கிற நீலம், என்மீதும், என் மானிட உறவுகள்மீதும், என் ஈழத் தாய்மண்மீதும் ஓயாமல் படர்வதை உணர்கிறேன்.

'நீலம்' காதலின் நிறமும்கூட. நாயகன்-நாயகி என இருவரின் நீலக் கண்கள் கோர்த்து, கருத்தொருமித்து இணைக்கிற காதலை மட்டுமல்ல, வர்க்க, சாதி, மதச் சுவர்களைத் தகர்த்து, கைகோர்க்கிற மானிட காதலையும், கடலும் வானமும்போல நீலமாகவே உணர்கிறேன்.

என் 'நீலம்' கவிதை பின்வருமாறு நிறைகிறது;

"தோழா, உனக்கு எத்தனை வயசு?"

"தோழி, எனக்கு

சாகிற வரைக்கும் வாழ்கிற வயசு!"

இதுவே என் வாழ்வின் தாரக மந்திரம்.

நான் எங்கு சென்றாலும் முதலில் 'கடல் எந்தப் பக்கம்?' என்றுதான் தேடுவேன். கடலின் அடுத்தபக்கம் அசோக வனத்துச் சீதைபோல, என் தாய்நாட்டின் சிறை இருக்குமல்லாவா? அம்மா, உன்னைச் சிறைமீட்க வேண்டிய உன் மக்களோ, "அற்றைத் திங்கள் அவ்வெண் நிலவில் எந்தையும் உடையோம், எம் குன்றும் பிறர்கொளார்..." என அகதியின் பாடலைப் பாடியபடி பாரி மகளிர்போல அலைகிறார்கள். நான் அந்த அகதிகளுடன் கபிலனாக அலைகிறேன்.

என் நெய்தல் தாய்நாட்டின் வாடை வீசுகிற கடல்மீது எப்பவும் என் ஆன்மா காமுறுகிறது. அவளிலும் வானிலும் படர்கிற நீலம்தான் எனக்கும் என் கவிதைகளுக்கும் அமுதமாக நித்திய இளமையைத் தருகிறது.

எனது புதிய கவிதைத் தொகுதிக்கு 'நீலம்' பொருந்தி வருவது அதனால்தான்.

நம்மை அரவணைத்துச் சூழும் நீல ஆகாசமும், நீலக் கடலும்போல சாதி மத பேதமற்று ஈழத் தமிழர்களையும், தமிழ்பேசும் முஸ்லிம்களையும், மலையகத் தமிழர்களையும் வடகிழக்குக் கடல்போல இணைக்கிற படிமமாக நீலத்தைக் காண்கிறேன். தமிழர் விடுதலையையும் சமத்துவத்தையும் தொடர்ந்து ஆதரிக்கும் சிங்களத் தோழர்களைக் கொண்டாடும் கனவாகவும் 'நீலம்' என்னைக் கிளரவைக்கிறது.

என் காதலும் வீரமும் மாறா இளமையும் தொனிக்கிற 'நீலம்' கவிதைத் தொகுதியை வாசிக்கப்போகிற உலகத் தமிழர்களைப் பேரன்புடன் வரவேற்கிறேன்.

'நீலம்' நூலுக்கு அட்டைப்படம் வரைந்து தரும்படி நோர்வேயில் பிறந்து வளர்ந்த ஓவியனான என் இளைய மகன் இளவேனிலைக் கேட்டேன். கடலிலும் வானிலும் படர்கிற நீலம், மண்ணிலும் தொடர்வதாக அமைந்த அவனது கற்பனைக்கு நன்றி.

வலசைப் பறவையான எனக்கு ஆதித்தன், இளவேனில் என இரண்டு பிள்ளைகளைப் பெற்றும் வளர்த்தும் தந்த வாசுகிக்கும், முதலாவது பேரன் செவ்வாளனைப் பெற்றுத்தந்த சகிதன்யா(கேதா)வுக்கும் அன்பும் நல்வாழ்த்துகளும். எப்பவும் என்னை நேசிக்கிற சங்கருக்கும் கீதாவுக்கும் நன்றிகள்.

கவிதை மெய்புநோக்கிய உறவுகள் ரமணன்-நிருபா தம்பதிக்கும், எழுத்து மட்டும் வடிவமைப்பு செய்து அழகுற வெளியிட்ட டிஸ்கவரி பதிப்பகத்தின் நிர்வாகி மு.வேடியப்பனுக்கும் எனது அன்பும் நன்றிகளும்.

அன்புடன்

கவிஞர் ஜெயபாலன்

கொண்டாட்டமே வாழ்வு

பருதியோடு எழுகவென பாடி
பல்லுயிர்கள் கொண்டாடும் அதிகாலை.
பூப்படைகிற முல்லை
என் படுக்கை அறையுள் நுழைகிறாளா?

எல்லோரும் வாழ்வோம் என்றபடி
சன்னலைத் திறந்தேன்.
கரு முகில் அபாயா அணிந்த
நம் முழுநிலவின் புன்சிரிப்பில்
விடிகிறது வாழ்வு

என் சின்ன வயசு முழுவதும்
முக்காடிட்ட சோனக மாமிகள் தந்த
அறியப்படாத சிற்றுண்டிகளின்
தேன் கமழ்ந்தது.

வளர் இளம் பருவத்தில்
அபாயா அணிந்த அன்னை மேரியும்
அம்மனும் ஒன்றென நம்பினேன்.
வாழ்வு பலவண்ண உறவுகளின்
வானவில் என்பதை எப்படி மறந்தோம்?

மா முனிவன் ராமானுஜன்
அபாயாவுடன் துலுக்க நாச்சியாரை
போற்றிப் பணிந்த மண்ணே வாழிய.

வண்ண வண்ண கியாப் அணிந்து
காடு வளர்க்கும் பறவைகளால்
உயிர்த்திருக்கிறது நம் உலகு.

நம் மணல்கடிகை ஓயாமல் ஒழுகுகிறது.
மதுக்கடை அடைக்கப்போகிறார்கள் என
யாரோ பாரசீக மொழியில் பாடுகிறார்கள்.
பூசலற்ற நிகழ்காலம் மட்டுமே நமது.
வருக கொண்டாட்டத்தை ஆரம்பிப்போம்.

- 2022

வாழிய சென்னை

மீண்டும் ஊரடங்கு.
கொலம்பசுகள் கிராமங்களைத் தேடி
கப்பற் பாய்களை விரித்தனர்.
ஏனையோர் கான்கிரீட் பொந்துகளுள்.
கொரோனாவையும் காவலரையும் தவிர
வீதிகளில் யாருமில்லை என்கிறார்கள்.
மாலைக் கருக்கலில் நிழற்சாலைகளூடு
பெசன்ட்நகரை சுற்றுகிற நான்கூட
மொட்டைமாடியில் எட்டுப் போட்டபடி.
ஜப்பான் குண்டுவீச்சுப் பீதியில் கூட
சென்னை இப்படி முடங்கியதில்லையே.

கீழே தெருவில்
வெண் பூஞ்சிரிப்பை இழக்கிற வேம்பு
பிஞ்சுகளால் நிறைகிற அழகை
பறவைகள் பார்த்துச் செல்கின்றன.
சாலை ஓர மரங்களின்மீது
குச்சியோடு காகங்கள் பறக்க
கிளர்ச்சியடைகிற ஆண் குயில்
“கூடு கட்டி முடியப்போகுது வாடி”யென
கூவிக் கூவி தன் துணையை அழைக்குது.
“நீ வாயால கூடுகட்டுவாய்?” என
சிடுசிடுத்த பெட்டைக் குயிலை
யாசிக்கும் ஆண் குயிலின் பாடல்
மொட்டைமாடியில் நிற்கிற
என் நெஞ்சையே தைக்குதே.

வாழ்வு கடல் போன்ற ஓயாத புத்துயிர்ப்பு.
இது ஆறு குளங்களை தின்கிற கோடைதான்
எனினும் கடல் ஒருபோதும் அஞ்சுவதில்லை.
ஆயிரம் காட்டுத் தீகளும் அணைய
சாம்பலில் பூத்துக் குலுங்கும் புல்வெளிபோன்ற
இந்த மாநகரமும் வலியது.
அது ஒருபோதும் புலம்புவதில்லை.

"என் காற்றும் மண்ணும் தூய்மையாகிவிட்டது
சிட்டுக்குருவிகளே மீண்டும் வாருங்கள்" என
அந்த மாநகரம் பாடுகிறது..

- 2021

வாழும் ஆசையால்

ஒளியும் இருளும் உருள உருள
காலத்தேரின் கூரைப் பல்லியாய்
தசாப்தம் ஏழு தாண்டிவிட்டேன்.
விடிந்தால் தாமரை
பொழுதுபட்டால் முல்லையென
வழியெங்கும் தேன்சிந்துமே வாழ்வு.
இதுதான் என் ஞானம் தோழதோழியரே.
இது முது கடலின் இளமைமாறாத அலை.
வாழும் ஆசையால் கல் வெடிப்பிலும்
வேரோடி மலர்கிறதே சிறு புல்.

1965ல் ஒருநாள்.
யாழ்ப்பாணத்து ராசவீதிகள் அதிர
"பிறப்பொக்கும் எல்லா உயிர்க்கும்" என
கர்சனையோடு செங்கொடிகள் உயர்ந்தது.
அதுவரை அதுவரை கல்யாண ஊர்வலம்
மட்டுமே அறிவேன்.
வியர்வையும் மண்ணும் கந்தலுமாக
"நீயும் வாழ் எம்மையும் வாழவிடு" என
மண் தோய்ந்த மேனியராய்
மானுடம் எழுந்ததை அன்றுதான் கண்டேன்.
சூரியனும் நிலவும் மறுக்கப்பட்ட
இருவேறு உலகமா?
பதின்மவயசில் என் ஆன்மா அதிர்ந்தது.

அந்த அறியப்படாத யாழ்ப்பாணத்தில்
மாணவப் பருவத்தை பறிகொடுத்து
உயிர்த்த செம்மண் சேற்றுச் சிலைகளாய்

களை பறிக்கும் சிறார்களைக் கண்டு
நானும் கொதித்தேன்.
சாதிவெறி பிடித்த தமிழருக்கெதிராய்
மீசை முளைக்கையில் ஆயுதம் தாங்கினேன்.

பின்னர் ஓர் இரவில்
எம் விடுதலைக் கனவின் கருவறையான
யாழ் நூலகத்தை
சிங்கள பௌத்த வெறிக்கூச்சலுடன்
படைகள் எரித்தன.
கவிஞன் ஒருவன் "புத்தகத்தோடு புத்தகமாக
புத்தனை எரித்தனர்" என்று வெகுண்டான்.

கோடைக் காற்று கோடான கோடி
கனலும் புத்தகக் கங்குகளோடு
"விரித்த கருங்குழலும்
கையில் சிலம்பும் கண்ணீருமாய்"
மதுரையை உலுப்பிய கண்ணகியாக
யாழ்ப்பாணத்து தெருக்களில் அலைந்தது.
உளதோ உளதோ "அல்லற்பட்டு
ஆற்றாது அழுத" மக்களின்
ஓர்மத்தை விடவுமோர் வலிய ஆயுதம்

கொடுங்கோல் வீழ்த்திய உலகப் புரட்சிகள்
நூலகங்களிலிருந்தே ஆரம்பமானது.
நாமோ நூலகச் சாம்பல் மேட்டில் இருந்து
விடுதலைக்காக ஆயுதம் தாங்கினோம்.

மீண்டும் மீண்டும் சர்வதேச மாநுட அரங்கில்
சரிநிகராக வாழும் ஆசையால்தானே
ஆயுதம் தாங்கினோம்.
ஆலயம் மசூதி மட்டுமன்றி
தேயிலை மலைகளில்
எல்லைப் புறத்து விகாரையில்கூட
எல்லோரும் இன்புற்றிருக்கவே எழுந்தோம்.

இப்படித்தான் தோழ தோழியரே
கல்லில் வளர்ந்த புல் பூத்ததுபோல
என் காதலும் வீரமும் கவிதையானது.

- **2021**

கானல் வரி

கருகும் முது மாலை.
பூம்புகாரின் தொல்கரைகள் சிவக்க
நுரைக்கும் திராட்சை மதுவாய்
நெழிகிறது *எழுவான் கடல்.
இது *படுவான் கரையென்றால்
மாலை செம்பொன்னாய்ச் சொரியுமே.
எனினும் காதலில் சிறகுகள் உரச
கூடு ஏகும் பறவைகளின் பாட்டில்
கானல் வரி தொனிக்கிறது.

இந்த மது வார்க்கும் மாலையில்
தனித்த முது கவிஞன்.
நினைவு இடறி நான்கு தசாப்தங்கள்
காலச்சரிவில் உருள்கின்றேன்.
எங்கோ ஒரு ஜப்பானியப் பாடல்
தாபம் வளர்கிறது.

அது ஈழத்தின் கொடும் பகையை எதிர்த்து
ஒவ்வொருவராய் நாங்கள்
போருக்கு எழுந்த காலம்.
எத்திசை செலினும் அத்திசைச் சோறே
அத்திசைத் தமிழே என
தோழர்கள் புலம் பெயர்ந்தார்.

இது ஆண் கடல்.
காவிரிக் கரையில்
இந்தக் கொடுங் கடலை நம்பியொரு
தொல்நகரம் இருந்ததுபோல்

என்னருகே மெல்ல
ஜப்பானியப் பாடல்களை இசைத்தபடி
ஆரி மக்சிமோட்டோ இருந்தாள்.

வாடிய தென்னந்தோப்பாய் அசையும்
நரைத்த தாடியின்கீழ்
கீழடியாய் மறைந்திருக்குமே
காதல் தொன்மங்கள்.

- 2021

எழுவான் கடல்: சூரியன் மறையும் கரை.
படுவான் கரை: சூரியன் உதிக்கும் கடல்.

சுனாமியின் மகள்

கடலும் தாமிரபரணியும்
வெகுண்ட ஆதிசேடன்களாய் மோதிய
பண்டை நாட்கள் போலாயிற்றே
என் ஹைக்கூ காதல் வாழ்வு.

கடல் காலைத் தூக்கி மூன்று தடவைகள்
காயல்களின் மணற்பற்கள் உடைய
தாமிரபரணி ஆற்றை உதைத்ததே?
கோபத்தில் எல்லை கடந்த கண்ணகியாய்
நல்லூர்களை அழித்தபோதும்
திரும்பிச் செல்கையில்
முள்ளிவாய்க்காலாய் அழுது மனசாற
இடுகாடுகளை விட்டு வைத்ததா?
என் ஆரி, நிழலைக்கூட விட்டுச் செல்லவில்லை.

மனசால் இலங்கை பிழவுபட்ட
'83' கலவர நாட்களில்
ஆரியும் நானும் உடைந்தோம்.
"அன்பே, நீ என் வானவில் என்றாள்.
நான் நா இழக்க அவளே தொடர்ந்தாள்.
"போரில் தாயகத்தைக் கைவிடேன் என்கிறாய்?"
"ஆம்" என எனது தலை அசைந்தது.
"அன்பே, என்னால் சமாதானத்திலும்
என் தாய்நாட்டைக் கைவிடமுடியாது" என்றாள்.
"நீ என் வானவில்" என மௌனித்தாள்.

நாவை இழந்த ஆண் வற்றிய கடல்.
நாவை இழந்த பெண் உள்வாங்கிய கடல்.

ஆரி மக்சிமோட்டோவும்
முள்ளிவாய்க்காலாய்
நித்திய நெருப்பை விட்டே சென்றாள்.
அன்றே அறுக்கும் அரசனின் பகையிலும்
நின்று அறுக்கும் நினைவுகள் கொடிது.

- 2021

கொரோனாவைத் தாண்டி

மலர்கிறது முல்லை
கமகமவென சுவர்க்கமாய் உயர்கிறதே
என் மாடித்தோட்டம்.
கிருமிக்கு அஞ்சி ஊரடங்கிய சென்னையின்
மரண அமைதி அதிர
கருவண்டு இசைக்கிறது
"அஞ்சாதே தோழா" என்னும் பாடல்.

அமேசான் காட்டுத்தீயையும் மிஞ்சி
உலகை வேட்டையாடுதே கொரோனா.
அடாது கொட்டும் வெண்பனியையும்
விழாவாய்க் கொண்டாடும்
ஒஸ்லோ நகரும் முடங்கியதே.
கூதிரில் தனித்த என் மனைவிக்கு
பூக்களும் இல்லை.
எனினும் எனினும்
இடுக்கண் வருங்கால் நகைக்கும்
புதல்வர்களை விட்டு வந்தேனே.

வெற்றியெனக் கொரோனா கிருமிகள் துள்ளும்
பெசன்ட்நகர் கடற்கரையில்
கைவிடப்பட்ட படகுகளில் அஞ்சாமல்
நண்டுகள் தொற்றும் இரவில்
குடிசைகளுள்
படகெனத் துயிலும் பெண்டிர் மார்பில்
வலிய விரல்கள் ஊர்கின்றன.

சாத்தானேஅப்பாலே போ.
மனிதர்கள் கைவிடப்படுவதில்லை.
ஒருபோதும் வெல்லப்படுவதுமில்லை.

- **2020**

சென்று வருக இர்பான் கான்!

நீரற்ற 'தார்' பாலைவனத்தில்
போராடும் செவ்வெருக்கு
பூக்கள் விருந்தில்
மகரந்த மொய் எழுதி
தேன் சிட்டுகள் பாடும்
ராஜஸ்தானின் மாகலைஞா!

நோயைப் புழுக்கூடாக்கி
நீயோ வானவில்லாய் சிறகசைத்தாய்.
போதியாய் நோய் வளர
இந்தப் பிரபஞ்சம் நீ அளந்தாய்.

"உலகமோர்
பொது மருத்துவமனை,
நகரத்து மைதானம்
இது யாருக்கும் சொந்தமில்லை"
என்கிறாயே
கொரோனா ஊரடங்கில் நொந்த
எல்லோரும் தலை அசைத்தோம்.

"கல் குழிய ஓடுகிற பேராற்றில்
கடல்சேரும் தக்கைபோல் பிசகாது
ஆருயிர் தன் வீடடையும்"
என்கிறான் பூங்குன்றன்.
இர்பான் கான்
நீயும்
"வாழ்வுக்கும் சாவுக்கும் நடுவே
மறுபாதை இல்லை.
போகவிடு" என்கின்றாய்.

போய்வா இர்பான் கான்.

- 2020

மாடிக்கு வந்த குரங்கு

காலை மாலை பூக்கிறதும்
வண்ணத்துப்பூச்சிகள் சிறகசைய
வானவில் எழுதுறதும்
மைனாக்கள் வந்து கவிதை பேசுறதுமாய்
இந்தக் கொரோனா ஊரடங்கிலும்
உயிர்க்கும் என் மாடித்தோட்டம்
எந்த ஆடுகளுக்கும் எட்டாது என
மகிழ்ந்திருந்தேன்.

எதிர்பாரத வேடிக்கைகளால்
எழுதப்படுவதல்லவா வாழ்வு.
காலையில் எங்கிருந்தோ குதித்தது
ஒரு குரங்குக் குட்டி.
நம்ம மாடிக்கு குரங்கு வராது என்கிற
இந்த மிதப்பில் இருந்தல்லவா
காவியக் கதைகள் ஆரம்பமாகின்றன?

குரங்கின் காடுகளைவிடவும் அழகிய
மாடித்தோட்டமும் உண்டோ?
இந்த மலரும் குரங்கும்
நான் கொண்டு வந்ததல்ல.
குறும்புக் குரங்கை விரட்ட மனசுமில்லை.
பல்லுயிர்களின் கொண்டாட்டமல்லவா வாழ்தல்.

- 2020

ரூமிக்கு

நலமா ரூமி,
கவிஞர்களின் கவிஞரே
உலரும் நமது உடலும் உயிரும் செழிக்க
மது வார்க்கிறவர்கள் எங்கே?
சுவர்க்கத்து நூலேணிகளில்
இறங்கி வருகிறதே வசந்தம்.
பாரசீக ரோஜாவோ,
மதுரை மல்லியோ தேன் சிந்துமுன்னம்
நம் இதயங்கள் திறக்க வேண்டுமே..?

“இதயம் திறக்கும்வரை
உடைத்துக் கொண்டிரு” என்கிறாயே ரூமி.
ஆம், மூடிய இதயம்
சிறையிலும் கொடிதே.
ஆனாலும் உடைந்த இதயம்
நினைவின் ஆறாப் புண்ணல்லவா?
என்போல் நீயும்
தகிக்கும் படைப்பு வெறியில் உளறுகிறாய்.

அவசரப்படாதே ரூமி,
இது எப்பவுமே திறந்திருக்கும் மதுக்கடை.
நானோ இதயம் எப்பவும்
இயல்பாகப் பூக்குமெனக் காத்திருப்பவன்.
உலகில் முத்தமிட
அம்மாவாக சகோதரியாக தோழியாக
காதலியாக மகளாக
கடைசிப் பெண் இருக்கிற வரைக்கும்
மூடிய நம் இதயங்கள் மலராது போமோ?

ரூமி,
அவரவர் வழிகள் அவரவருக்கு எனினும்
அவசரப்பட்டு இதயத்தை உடைக்காதே.
வசந்த காலம் பூச்சி புழுக்களுக்குக்கூட
அழகிய நாட்களை வைத்திருக்கிறதே
நீயும் காத்திரு.

- 2019

வேர்

ஆண்டு பலவாகின.
கைவிலங்கும் கனக்க சங்கிலி குமாரன்
போத்துக்கீசர் கப்பலில் இருந்து
யாழ்ப்பாணத்தை தரிசித்ததுபோல என்
பல்கலைக்கழகத்தைப் பார்க்கின்றேன்.
முன்னம் இவள் என் காதலி அல்லவா?
பின்னர் ஏன் இந்தக் காணாத பாவனை?
முதுகு காட்டி சுவர்க் காடாய் நிற்கிறாளே.

வாழ்வு என்ன ஒரு வடமோடிக் கூத்தா?
நான் முன்பொருகாலம் முடி புனைந்து ஆடி
புகழுடன் தோன்றிய நாடக அரங்கா இது?
அன்னியமாதல் என் நெஞ்சைத் தின்னும்.
உருஹுனையில் இருந்து கொண்டுவரப்பட்ட
சஞ்சீவிமலையான அந்த நூலகம்கூட
இந்த அனுமனை மறந்ததே.

மறக்கப்படுதலே மானுடன் விதியா?
கிளர்ச்சி அடைந்த மலைவேம்புகள் மட்டும்
தோழா வா எனக் கிளைகளை அசைத்து
ஏவாள் எங்கென ஜாடையில் கேட்டன.
எந்த ஏவாள்?
ஓ கனவான நாற்பது வருடங்களின்முன்
என்னுடன் வந்து உன் கீழ் அமர்ந்து
கடைச்சாமம்வரை
நட்சத்திரங்களைக் கணக்கெடுத்தாளே
அந்த ஏவாளா?
எனையறியாது பெருமூச்செறிந்தேன்.

ஆமாம், அந்த மை பூசிய மாலையில்
ஏவாளும் நானும் வந்தபோது
வருக என்று எமை வரவேற்ற
ஏடன் பூங்காவான மலைவேம்புகளே வாழிய.
இருளோடு இருளாய் விலக்கப்பட்டக் கனிகளோடு
கரும் பாம்புகள் நெளிந்த அந்த நெடும் இரவு
நேற்றுப்போல நெஞ்சை நிறைக்குது.

சாதி அந்தஸ்து ஊர்கள் என்கிற
முள்ளுக் கிழுவை வேலிகள் தாண்டி
காதலர்கள் சிறகசைப்பது
இருளின் வரமாய் மட்டுமே இருந்த
யாழ்ப்பாணத்தின் நடுவே
ஆண் பெண் விடுதலைப் பிரதேசமாய்
ஒரு பல்கலைக்கழகம் வருமெனவும்
அங்கு அஞ்சேலென மலைவேம்புகள்
காதலருக்கு நிழலாகுமெனவும்
என் பதின்ம வயசுகளில்
கனவுகள்கூடக் கண்டதில்லை.
அன்பே நாம்கூட இந்த மலைவேம்புகளின்
புனித நிழல்களைக் காணும்வரைக்கும்
கண்கோர்த்து மனம் கோர்த்த பின்னும்
கைகோர்க்க வழியின்றி அலைந்தோமல்லவா?

இனியை, ஆண்டு பலவானதடி
அன்று சேர்ந்து நாம் நீந்திய காலவெள்ளம்
இன்று எனைத் தனியனாய்
அதே மலைவேம்புகளின்கீழ் தள்ளிவிட்டதடி.

எல்லாம் இந்தப் பாழும் கால்களால் வந்த வினை.
பார் பார் கால்கள் அற்றதால் மலைவேம்புகள்
என்போல் அடிக்கடி தொலைந்து விடாதும்
உன்போல் ஓயாமல் சந்தேகப்படாதும்
முட்டி மோதிச் சோடி பிரியாதும் இன்னும்
வேர்கள் கோர்த்த காதலுடன் அருகருகாய்.

"எங்கே உன் ஏவாள்?" என மரங்கள் கேட்கின்றன
கால்களால் சபிக்கப்பட்ட
அப்பாவி மனிதன் நான் எதனைச் சொல்வேன்?

நெஞ்சு கண்ணீராய் வடிக்கும் நினைவில்
இன்னும் நிகழ்கிற அந்த நீழிரவில்
சேவல்கள் கூவிச் சிவந்த விடிபொழுதில்
"கண்ணா, உன்போல் அலையுமிந்த நாடோடிக் காற்று
புல்நுனியில் புரண்டு பனித்துளியால்
என்ன கவிதை எழுதுது" எனக் கேட்டாய்.
இன்று புரிகிறது.
"வேரில்லா மனிதர் விதி" என்னும்
நாடகப் பாடலடி அது.

- 2018

பாவைக் கூத்து

"அம்ம வாழிய தோழி" என்றேன்.
பதிலுக்கு என்னை வாழ்த்தவும் மறந்து
யார் அவன் யாரென மீண்டும் வினவுதி,
உனக்கு வேறு வேலையே இல்லையா?

அறிந்திலையோடி?
காவல் மறந்து
தன் வீட்டு சந்து மரத்தடி எல்லாம்
காதல் குறுஞ்செய்தி பெய்து பெய்து
புலி நினைப்பில் ஒரு நாய் அலையுமே
அந்த மச்சுவீட்டுக்காரனடி அவன்.
போயும் போயும் அவனையா கேட்டாய்?

அறம் இல்லாது
ஒருத்தனுக் கெழுதிய காதல் சேதியை
வெட்டி ஒட்டி
பலருக்கு அனுப்பும் கைபேசிக் கிளியே
அவனே உனக்குச் சாலவும் பொருத்தம்
போடி, அங்கேயே போ.

இனி, பொம்மலாட்டப் பாவைகள் போல
ஒருவர் சொல்லுக்கு ஒருவர் ஆடிய
இனித்த நம் வானவில் நாட்கள்
சுவடேதுமின்றிப் போய்விடும் தோழி.
உந்தன் மழலை அவனை ஆட்டும் நாள்வரை
அவனே உனை ஆட்டும் பாவைக் கூத்தன்.

பிரிவுகளாலே எழுதப்படுகிற பெண்விதி கொடிது.
காலை தோறும் எண்திசை வானில்
ஆயிரம் ஆயிரம்
சிறு வெண்கொக்குகள் பறக்கவிடுகிற
கடற்கரையோரப் புன்னை மரமினி
என் துணை ஆகுக!

- 2018

பாடா அஞ்சலி

உதிர்கிற காட்டில்
எந்த இலைக்கு நான் அஞ்சலி பாடுவேன்?

சுனாமி எச்சரிக்கை கேட்டு
மலைக் காடுகளால் இறங்கி
கடற்கரைக்குத் தப்பிச் சென்றவர்களின்
கவிஞன் நான்.
பிணக்காடான இந்த மணல் வெளியில்
எந்தப் புதைகுழியில் எனது மலர்களைத் தூவ?
யாருக்கு எனது அஞ்சலிகளைப் பாட?

வென்றவரும் தோற்றவரும் புதைகிற உலகோ
ஒரு முதுகாடாய் உதிர்க்கிறது.
எந்தப் புதைகுழியில் என் மலர்களைச் சூட?
எந்த இலையில் என் அஞ்சலிகளை எழுத?

இந்த உலகிலும் பெரிய இடுகாடெது?
பல்லாயிரம் சாம்ராட்சியங்களைப் புதைத்து
புதிய கொடிகள் நாட்டப்படுகிற
பெரிய அடக்கத் தலம் அது.
நடுகற்களின் கீழ்
அடிபட்ட பாம்புகளாய்
கிழிந்த எங்களூர்ச் சிறுமிகளின்
இறுதிச் சாபங்கள் அலைகிறதே.
எந்தச் சாபத்துக்கு நான் கல்வெட்டுப் பாடுவேன்.

அகலும் வலசைப்பறவைகளின்
புலம்பல்கள் தேயும் மண்ணில்
மொட்டை மரங்கள் பாடுகின்றன
“வரலாறு காடுகளைப் பூக்கச் செய்யும்!”

- 2017

நதி வட்டம்

கடற்கொள்ளை அடித்த முகில்
காமத்தில் மலையேற
தேன் சிந்தும் குறிஞ்சிப் பூ மடிமீது
பெயல் நீராய்ப் பொழிந்தேனே.

யாருமற்றுப் பூத்துக்குலுங்கும்
மலைக் காட்டுள் நுழைகையில்
தீயாகப் பூத்து
செம்பவளமாய் உதிரும்
புரசை மரங்களே வியக்க
பகல் ஒளியை உடைத்து உடைத்து
வானவில்லாய்ப் பூத்து
வண்ணங்களாய் இறுமாந்தேன்.

அங்கு பசியாற மூங்கில்களை
கண்டபடி உடைத்தெறியும்
யானை மந்தைகள் நாண
மீண்டும் பசும் கிளையாய் நிமிர்ந்து
பூப் பூவாய் சிரிக்கும்
மூங்கில்களைக் கடக்கையிலே
வெட்ட வெட்ட தழைத்துத் தலைநிமிரும்
ஈழவரை நினைத்தபடி
மலை இறங்கி வந்தேன்.

வழி நீள வழி நீள
பாய்ந்தும் விழுந்தும்
தழுவிய தேவதையர்
மார்பால் உரைத்துவிட்ட

கொச்சி மஞ்சள் கமழ
நெடுந்தூரம் வந்துவிட்டேன்.

காற்றில் கரிக்கிறது உப்பு
கமழ்கிறது தாழம்பூ
இனிக்கிறது கடற்பறவை இசைக்கிற
நாடோடிப் பாடல்கள்.

சந்தனமாய்த் தேய்கிற வாழ்வில்
எஞ்சிய வானவில் நாட்கள்
போதையைத் தருகிறது.
என்றாலும்
கடல் புகுந்த ஆறு, முகிலாகி
மீண்டும் மலையேறும்
நதிவட்டப் பெருவாழ்வில்
முதுமை எது? சாவு எது?

இன்னும் நீராட வாராத
வனதேவதைக்காக
இறுதிவரை ஆறாய் இருப்பேன்.

- 2017

உலா

எழு ஞாயிறு கசிய
பூத்தது விடலை வானம்.
வாழ்த்துடன் நிறைந்தன வலசைப் பறவைகள்.
எனினும் அன்பே
உலாவுக்கான உன் செல்பேசி அழைப்புதான்
இந்த வசந்த நாளை அழகாக்கியது.

வண்ணத்துப்பூச்சிகளாய் காற்றும்
பூத்துக் குலுங்கும் வழி நெடுக.
காவியம் ஒன்றின் இறை வணக்கம்போல
கைகளும் படாத வெகு நாகரிகத்தோடுதான்
உலாவை ஆரம்பித்தோம்.
காடு வருக என
கதவுகளாய்த் திறந்தது.

சிருஸ்டி வேட்கையில் உருவிப்போட்ட
கூறைச்சேலை சட்டைகளாய்
வண்டாடும் மரங்களின்கீழ்
உதிரிப்பூ கம்பளங்கள்.

என் அன்பே
முகமறைப்பில் இருளில் இணையத்தில்
கண்காணா தொலைவில்தான்
இன்னும் தமிழ்ப்பெண் சிறகசைக்க முடியுதென்பாய்.
முதலிரவுப் படுக்கையாய்ப் பூச்சூடிய இந்தக் காடும்
விடுதலைப் பிரதேசமல்லவா?

நீ முணுமுணுக்கும் பாடலை உரக்கப் பாடு
உன் மந்திர நினைப்புகளை ஒலி
தோன்றினால் சொல்
கை கோர்க்கலாம்.

- 2015

மருதப் பாட்டு

கருகும் நீரில்
தலைகீழாக மருத மரங்களும்
என் நினைவுகளும் நெளிய
சிற்றாறு நடக்கிறது.
பறக்கிற குறுமணலோடு
பார்வையில் தென்படும்
இராணுவத் தடங்கள்
கண்ணை உறுத்தியபோதும்
போர் ஓசைகள் மவுனித்த துணிச்சலில்
பாலியாற்றம் கரையில் இருந்தேன்.
இருந்தும் என்ன
நம் வீர விந்துகள்
இன்னும் சிறையில் என்பது நெருடும்.
தென்றலிலோ
வரால் மீன்களின் இராப்போசனத்திலோ
நாணல்கள் அசைகின்றன.
வண்டின் பாடலில் மயங்கி மொட்டுகள்
துகில் அவிழ்க்கிற மாலை.
அழிக்கப்பட்ட காடுகளும்
காடு மண்டிய வயல்களுமானதே
நீர்ப்பறவைகளை இழந்த
என் மருத வழி.
எனினும் நீர் ஓடி நெல் தழைத்து
நீர்ப்பறவை வான் நிறைய
ஆம்பலின்கீழ் வரால் மறையும் நாளுக்காய்
முட்டையாய்க் காத்திருக்கும் மண்.

- 2013

பாலைப் பாட்டு

வேட்டையாடும்
பின்பனி இரவு அகல
புலரும் காலையில்
உன்னையே நினைந்து உருகிக் கிடந்தேன்.

அன்பே
மஞ்சத்தில் தனித்த என்மீதுன்
பஞ்சு விரல்களாய்
சன்னல் வேம்பின்
பொற் சருகுகள் புரள்கிறது.
இனி வசந்தம் உன்போல
பூவும் மகரந்தப் பொட்டுமாய் வரும்.

கண்ணே நீ பறை ஒலித்து
ஆட்டம் பயிலும் முன்றிலிலும்
வேம்பு உதிருதா?
உன் மனசிலும் நானா?
இதோ காகம் விழிக்க முழங்குமுன் கைப்பறை
இனி இளவேனில் முதற் குயிலையும்
துயில் எழுப்புமடி.

நாளை விழா மேடையில்
இடியாய்ப் பறை அதிர
கொடி மின்னலாய் படருவாய் என்
முகில் வண்ணத் தேவதை.
உன் பறையின் சொற்படிக்கு
பிரபஞ்சத் தட்டாமாலையாய்
சிவ நடனம் தொடரும்.

காத்தவராயன் ஆரியமாலா
மதுரை வீரன் பொம்மியென்று
பிறப்பொக்கும் மானுடம் பாடி
காதலிலும் இருளிலும்
ஆண் பெண்ணன்றி
சாதி ஏதென மேடையை உதைத்து
அதிரும் பறையுடன்
ஆயிரம் கதைகள் பறைவாள் என் சதுரி.

என் காதல் பாடினி
திராவிட அழகின் விஸ்வரூபியாய்
நீ ஆட்டம் பயிலுதல் காண
உன் உறவினர் வீடுகள்
சிறுத்தைக் குகைகளாய்த் தெரியும் தெருவில்
எப்படி வருவேன்?

வேம்பு உதிரட்டும் நீ உதிராதே
ஏனெனில் உதிராத மனிதர்களுக்கும்
உதிர்ந்த வேம்புகளுக்குமே
தளிர்த்தலும் பூத்தலும்.

நாளை நான் கிளை பற்றி வளைக்க
உன்னோடு சேர்ந்து ஊரும் கொய்து
கூந்தல்களில் சூடும் அளவுக்கு
பூப்பூவாய்க் குலுங்குமடி அந்த மொட்டை வேம்பு.

தேன் சிந்துமே வாழ்வு.

- 2012

நீலம்

தோழி
காலமாய் நுரைகள் உடைகிற மணலில்
சுவடுகள் கரைய
சிப்பிகள் தேடிய உலா நினைவிருக்கிறதா?
கடலிலிலும் வானிலும் தொடர்கிற நீலமாய்
நம்மிலும் எதோ படர்கிறது என்றேன்.
மீன் கொத்திய நாரையாய் நிமிர்ந்தாய்
உன் கண்களில் எனது பிம்பம் அசையும்.

ஆண்டு பலவாகினும்
நரையிலா மனசடா உனக்கென்றாய்.
தோழி
இளமை என்பது வாழும் ஆசை.
இளமை என்பது கற்றிடும் வேட்கை.
இளமை என்பது முடிவிலா தேடல்.
இளமை பிறரைக் கேட்டலும் நயத்தலும்.
இளமை என்பது வற்றாத ரசனை
இளமை என்பது நித்திய காதல்.
இளமை என்பது
அயராத ஆடலும் பாடலும் கூடலும் என்றேன்.

தோழா உனக்கு எத்தனை வயசு?
தோழி எனக்கு
சாகிற வரைக்கும் வாழ்கிற வயசு.

- 2011

சதுரங்கம்

சிருஸ்டி வேட்கையில்
ஆனைமலைக் காடுகள் பாடுகிற
அந்தி மாலை.
அங்கு உயிர்க்கிற மந்திரக் கம்பளத்தில்
உன்னையே சுற்றுதடி மனசு.

இது தீராத காதலடி
நீதான் கண்டு கொள்ளவில்லை.
அதோ புல்லின்கீழ் கட்டெறும்பாய்
தொலை கீழ் மூங்கிற்காடுகளுள் ஊறும்
யானைபோல
உண்மையில் என் காதலும் பெரியதடி.

காமத்தில் சூரியன்
பொன்சிந்தி இறங்கி வர.
நாணி புவிமகள்
முந்தானையாக முகிலை இழுக்கின்றாள்.
ஆகா அப்பன் குதிருக்குள் இல்லை என்கிற
உனது நாடகம் அல்லவா இது.

ஆண் பெண்ணுக்கிடையில்
ஒரு கண்ணுக்குத் தெரியாத சதுரங்கப்பலகை
எப்போதும் விரிகிறது.
என்னோடு இன்னும் சிலரை
பந்துகளாய் எறிந்து ஏந்தி ஆடும்
வித்தைக்காரியில்தான் காதலானேன்.
அதனால் என்ன
கீழே காட்டில்

ஒரு மூங்கில் புதரை மட்டுமே மேய்ந்த
யானையும் இல்லை
ஒரு யானை மட்டுமே மேய்ந்த
மூங்கில் புதரும் இல்லை.

எதுவும் செய்.
ஆனால்
இறுதியில் நாம் மட்டுமே மிஞ்ச வேண்டும்.
நம் மரபணுக்களில் கவிதை கோர்க்க.

- 2011

தோற்றுப் போனவர்களின் பாடல்

I

எல்லா திசைகளில் இருந்தும்
எழுந்து அறைகிறது
வெற்றி பெற்றவர்களின் பாடல்.
பாடலின் உச்சம் எச்சிலாய்
எங்கள் முகத்தில் உமிழ் படுகிறபோதும்
அவர்கள் அஞ்சவே செய்வார்கள்.
ஏனெனா?
அவர்களிடம்
தர்மத்தின் கவசம் இல்லையே.

எரிந்த மேய்ச்சல் நிலத்தின் சாம்பலில்
துளிர்க்கும் புற்களின் பாடலைப்போல
தோற்றுப் போன எங்களுக்கும்
பாடல்கள் உள்ளன.
உரு மறைந்த போராளிகள் போன்ற
எங்கள் பாடல்களை
வென்றவர்கள் ஒப்பாரி என்கிறார்களாம்.
காவிய பிரதிக்கிணைகள் பல
புலம்பலில் இருந்தே ஆரம்பிக்கின்றன.
'அல்லல்பட்டு ஆற்றாது அழுத கண்ணீர்
செல்வத்தைத் தேய்க்கும் படை' என்று
சொல்லப்பட்டுள்ளதே
தர்மத்தின் தோல்விகளில் இருந்து ஆரம்பிக்கிற
மாகாவியங்களில்
முன்னமே இதுபோல் பாடல்கள் உள்ளன.
காலம்தோறும் தோற்றுப்போன நீதியில் இருந்தே

புதிய வரலாறு ஊற்றெடுத்திருக்கிறது.
நாங்கள் இன்று தோற்றுப் போனவர்கள்.

இந்த நாட்களை
அவர்கள் கொண்டாடுகிறார்கள்
தாராளமாக எலும்புத்துண்டுகளை வீசியபடி.
அவர்களின் போதையும் உற்சாகமும்
அச்சம் தருகிறது.
இரவு எந்த முகாமில் இருந்து
விசாரணைக்காக தமிழச்சிகளை
இழுத்துச் செல்லப் போகிறார்களோ.
அல்லது ஒரு வேடிக்கைக்காக
எந்தக் கடலில் இந்தியத் தமிழர்களைச்
சுடப் போகிறார்களோ.

நாங்கள் அடக்கியே வாசிக்கிறோம்.
ஒன்பது முகத்தது இராவணனல்ல.
ஐந்து முகத்தது முருகனல்ல.
மூன்று முகத்தது ஒருபோதும் பிரம்மா அல்ல.
நாங்கள் வடக்குக் கிழக்காக
இருபுறமும் பல முகங்களைக் கொண்ட
அர்த்தநாரீஸ்வரர்கள்.
இதில் எந்த முகம் குறைந்தாலும்
அது நாங்களல்ல.
தேர்ந்தெடுத்தாலும்கூட தப்பாகிவிடும்.

சிறை நீங்கி எங்கள் மக்களும்
புத்தளத்துக்கு விரட்டப்பட்ட

முஸ்லிம் சகோதரர்களும்
வீடு திரும்ப வேணும்
ஒரு புதிய சகாப்தத்தைப் பிரசவிப்பதற்காக.

II

வென்றவர்களின் பாடல்கள் தளர்கிறது.
அவர்கள் இப்பவே களைத்துப் போனார்கள்.
ஏனெனில் அதர்மம் ஒரு நோய்க்கிருமி.
எங்களிடம் தின்னக் கூடியதை எல்லாம்
தின்றுவிட்டார்கள்.
இனி ஒருவரை ஒருவர் தின்பார்கள்.

சுண்ணாம்பு மஞ்சளைக் குங்குமமாக்குமாப்போல
சுயவிமர்சனம் தோல்வியை மருந்தாக்குமாம்.
எங்கள் முடக்கும் நோய்களுக்கான மருந்து.
அதுதான் எங்களுக்கிருக்கிற ஒரே தெரிவு.
சுயவிமர்சனத்தால்
தோல்விகளுக்கு மந்திரத் தன்மையாம்.
நம்மைச் சுற்றி நாமும் சேர்ந்து
எழுப்பிய சுவர்கள்போய் எதிரியைச் சூழுமாம்.

பெயர்ந்த புலம் ஆகாசம்.
களம் மட்டுமே நிலம்.
புத்திசாலியின் கோட்டை
எப்பவும் நிலத்தில் ஆரம்பித்து
ஆகாசத்துள் உயர்கிறது.

தோற்றவர்களோ இரத்தத்திலும் சேற்றிலும்
குலதெய்வங்களைத் தேடுகிறார்கள்.

அவர்கள் முள்ளிவாய்க்காலில்
எரி நட்சத்திரமான தீபனைப் போன்ற
கருப்பசாமியை காத்தவராயனை
மதுரைவீரனை கண்டெடுப்பார்கள்.
இது புதிய குலதெய்வங்களின் காலம்
பால்வதையுண்ட பெண்களின் கோபம்
அம்மன்களாய் அவதரிக்கும்.
எரிந்த காடு துளிர்ப்பதுபோல
அடங்கிய வாசிப்பாய் நிகழ்கிறது என் பாடல்.
ஏனெனில் முதலில் நாம் வீடு சேர்ந்தாக வேண்டும்.
இரண்டாவதாகவும் மூன்றாவதாகவும்கூட
நாம் வீடுபோய்ச் சேர்ந்தாக வேண்டும்.

III

எரிக்கப்பட்ட காடு நாம்.
ஆனாலும் எங்கள் பாடல் தொடர்கிறது
எஞ்சிய வேர்களில் இருந்து.
இறந்தவர்களுக்கான ஒப்பாரியாய்
தொலைந்தவர்களுக்கான அழைப்பாய்
இல்லம் மீழ்தலாய்
மீண்டும் மீண்டும் வாழும் ஆசையாய்
சுதந்திர விருப்பமாய்
தொடரும் எம் பாடல்.
இது என் சொந்தப் பாடலல்ல என்பதை
நாளைய விமர்சகன் துப்பறிந்திடலாம்.
உஸ்..!
தேம்ஸ் நதிக் கரைகளில்
இலையுதிர்ந்த செர்ரி மரங்கள்

ஒத்திகை பார்க்கும்
வசந்தக் கனவுப் பாடலை
சுட்டே நான் இப்பாடலைப் புனைகிறேன்.

IV

கலங்காதே தாய்மண்ணே..!

வடக்குக் கிழக்காய் வீழ்ந்து கிடக்கிற
உன்னைக் காக்க
களப்பலியான நம் பெண்களின் மீது
சிங்கள பைலா பாடியும் ஆடியும்
பேய்கள் புணரும் கொடும் பொழுதினிலும்
உடைந்து போகாமல்
நாளைய வாழ்வின் பரணியையே பாடுக மனமே.
எரிந்த வேர்களிலும் உயிர்ப்பை
சேர்க்கிற பாடல் அது.

வணக்கத்துக்குரிய நம் மூதாதையர்களின்
எலும்புகள்மீது எந்தத் தீயும் நிலைக்காது.
ஆதலினால் இந்தக்
கருமேகச் சாம்பல் வெளியில் இனி
வானவில்லாய் அரும்பென்று
பல் பூக்களை அழைக்கும்
பட்டாம்பூச்சிகளின் பாடலையே பாடுக மனமே.
உறவுகளின் ஓலங்கள் அமுங்க
இரங்கி ஒலிக்கும்
தோழ தோழியரின் முரசுகளே
இனி வாழ்வின் பரணியை இசையுங்கள்.

அம்மா
ஈழத்து மண்ணும் நீரும் எடுத்து
இன்பப் பொழுதொன்றில்
நீயும் எந்தையும்
அழகுற என்னை வனைந்தீர்களே.
இதோ என் ஐம்பூதங்களால்
உனக்கு வனைவேன் ஓர் அரண்.
உன்னை உதைக்கிற
கால்களைச் சபிக்காமல்
என்ன மசிருக்கு இந்தப் பாடல்.

V

சிதறி காட்டினுள் ஓடிப் பதுங்காமல்
மாயக் குழலூதி பின்னே
ஆற்றுக்குச் சென்ற எலிகளின் கதையில்
குழந்தைகளை இழந்த
ஹம்லின் நகரின் ஒப்பாரி
என் தாய்மண் எங்கும் கேட்கிறதே
என் தளரா நெஞ்சும் உடைகிறதே.

அல்லல்படும் மக்கள்
ஆற்றாது அழுத கண்ணீரின்முன்
எது நிலைக்கும்?
துளிர்க்கும் விடுதலைக் கனவைத் தவிர
எது நிலைக்கும்?

இன்றைய தேசங்கள்
முன்னைய சாம்ராச்சியங்களின் குப்பை மேட்டில்

மனிதர்களால் கட்டப்பட்டவை.
இங்கு ஆயிரம் வருசத்து எல்லைகள்
எதுவும் இல்லை.

இந்த தேசங்கள் சிலதின் புதைகுழியில்
நாளைய தேசங்கள் முளைக்கும்.

தன் மக்களை மண்ணிலும் கடலிலும்
வேட்டையாடும் தேசங்களுக்கு ஐயோ.
தன் மக்கள் மண்ணிலும் கடலிலும்
வேட்டையாடப்படுகையில்
பிடில் வாசிக்கும் தேசங்களுக்கும் ஐயோ.
இன்றும் உங்களுக்குச் சந்தர்ப்பம் உள்ளது.
நாளை பசித்த செம் பூதங்கள்
இந்துக் கடலிலும் கரைகளிலும் எழும்.
சின்ன மனிதர்கள்தானே என
சூழப் பகை வளர்ப்பவருக்கு ஐயோ
அவர்களோ அச்சப்பட்ட சிறியோர் கூடிக்
கட்டிப்போட்ட கலிவர் போன்றவர்.

VI

நீதியற்ற வெற்றியில்
களி கொண்ட வீடுகளில்
நாளை ஒப்பாரி எழும்.
ஆனால் வெண்புறாக்களாய்க்
கொல்லப்படுபவர்
புலம்பி அழுத தெருக்களில்
நாளை குதூகலம் நிறையும்.

தீப்பட்ட இரும்பென
கண்கள் சிவந்தேன்
சபித்துப் பாடவே வந்தேன்.
முகமூடிகளும் ஒப்பனையுமற்ற
உருத்ரதாண்டவப் பாடலிது.

என் தமிழின் மீதும்
என் கவிதைகள் மீதும் ஆணையிட்டு
நான் அறம் பாடுகிறேன்.
நான் எனது சமரசங்களில்லாத
சத்தியத்தின் பெயரால் சபிக்கிறேன்.
கைகளும் மனங்களும்
எனது மக்களின் இரத்தத்தில்
தோய்ந்தவர்களே
உங்களுக்கு ஐயோ.
தர்மத்தின் சேனையே
என்னைக் களபலியாக எடுத்துக்கொள்.

தர்மதேவதையே
எப்பவுமே எதிரிக்கும் போராளிக்கும்
பணியாத தலை பணிந்து
உன்னைப் பாடித் தொழுதிருந்தேன்.
இனக் கொலைகளுக்குத்
தண்டனை கொடு.
கொன்றவர்கள்,
கத்தி கொடுத்தவர்கள்
தடுக்காதவர்கள்
தடுத்தவரைத் தடுத்தவர்கள்மீதெல்லாம்

தர்ம சங்காரம்
ஊழித் தீயாய் இறங்கட்டும்.

VII

ஆதித் தாயே கலங்காதே,
இனியும் தோற்றுப்போக
எங்கள் வரலாறு
முள்ளிவாய்க்கலில் கட்டிய
மணல் கோட்டையல்ல.
அது வடகிழக்கு மக்களின் வாழும் ஆசை.
மடியாத கனவுகள்

உன் கூப்பிட்ட குரலுக்கு
மெல்போர்னில் இருந்து
ரொறன்ரோ வரைக்கும்
ஏழு சமுத்திரங்களிலும்
தமிழர்கள் விழிக்கின்றார்.
உலகக் கோடியின்
கடைசித் தமிழனுக்கும்
உனது விடுதலைக் கனவுதான் தாயே.

VIII

சூழும் வெட்டு முள்வேலிகள் அதிர
பகலில் எங்கள் இளைஞரின் அலறலும்
இரவுகள்தோறும் இழுத்துச் செல்லப்படுகிற
எங்கள் பெண்களின் ஓலமும்

உயிரை அறுக்குது.
சிங்களப் பயங்கரம் தாளாத முத்துக்குமரனாய்
தமிழகம் தீக்குளிக்கையில்,
இனக்கொலையின் சாட்சியங்களை
உலக மன்றுக்கு
சிங்களப் பத்திரிகையாளரே
கடத்திச் செல்கையில்,
ஏன் ஏன் எங்கள் தாயாதிகள்
நாடு நாடாய்ச் சென்று
இனக்கொலைக்கு
வக்காலத்து வாங்கினர்?
இந்தக் கொடுமையை
எங்குபோய் உரைப்பேன்..?
இந்தக் கயமையை
எங்கனம் செரிப்பேன்?
"அவர் அறியாத்தே செய்யுன்னதன.
அவர்க்கு மாப்பு நல்குக!"

IX

மொழியில் வேரூன்றி
நினைவுகளில் படர்ந்து
கனவுகளில் வாழ்கிற
புலம்பெயர்ந்த தமிழன் நான்.
இனி ஒரு இணையச் சொடுக்கில்
கோடி கோடியாய்
நம் கைகள் பெருகி உயர்கிற
நாட்கள் வருகுது.

வாழ்த்தாய் எழுக
நாளைய கவிஞரின் பாடல்கள்.

நான் இன்றை பாடும் நேற்றைய கவிஞன்
நாளையைப் பாடும் இன்றைய கவிஞர்காள்
எங்கள் அரசன் கட்டியதென்பதால்
கடற்கரை ஓரம் இடிந்து கிடக்கும்
பிழைபடக் கட்டிய
புதைமணல் கோட்டையை
அதன் பிழையோடு
மீழக் கட்டிக் குடிபுகும் அரசியல்
எந்த வகையில் விடுதலையாகும்?
தவறிய வழியில்
தொடர்ந்து செல்வோம் என்கிற விடுதலை
எந்த வகையில் அரசியலாகும்?

முஸ்லிம் என்று
புத்தளக் களரில் வீசப்பட்ட நம்
அகதிகளுடைய முன்றில்களிலும்
தமிழர் என்று வதைக்கப்பட்டு
வன்னி விழிம்பில் சிறைப்பட்டிருப்பவர்
வாசல்களிலும்
கோழி காகத்தை முந்தி நான் சென்று
குடுகுடுப்பை ஒலிப்பதைக் கேளீர்.
இது கோவில் மணியும் பள்ளிவாசலின் பாங்கும்
தேவாலயத்துப் பூசைப் பாடலும்
மீண்டும் ஒலிக்க
நல்லகாலம் வருகுது வருகுது என்று

குறி சொல்லிப் பாடுகிற
கடைச் சாமத்தின் பாடல்
இனி பல்லியம் இசைத்தபடி
விடியலின் கவிஞர்கள் வருவர்.

X

சிறைப்பட்ட என் தாயே
தப்பி ஓடலில்லையம்மா.
ஒடுக்கப்படுகிற ஓர் இனத்தின் புலப் பெயர்வு
பின் போடப்பட்ட விடுதலைப் போராட்டம்.

நாம் உயிர்த்தெழுகிற பாடல் இதுதான்.
நாங்களும் வாழ்வோம்.
தமிழர் என்பதால் கால் நூற்றாண்டாய்
சேதுக் கடலில்
நாய்கள் போலச் சுடப்படுகிற
நாதியற்ற இந்தியர்களையும் காக்க வேணும்.

அன்னை மண்ணே
விடியல்கள் தோறும்
தொடைகளில் இரத்தம் சிந்தச் சிந்த
மரங்களின் கீழே குந்தியிருந்து
மூண்டெரிகிற நம் பெண்களுடைய
அன்னை மண்ணே.

எதிரிகளாலும்
இன்னும் திருத்தாத தவறுகளாலும்

தோற்கடிக்கப்பட்டு
வெட்டு முள்வேலிச் சிறைகளுள் வீழ்ந்த
அன்னை மண்ணே.

இனக்கொலை வெறியோடு
எம்மைத் துரத்தும்
சிங்கள எதிரியை மட்டுமல்ல
குறித்துக்கொள்
தப்பி ஓடிய நம் மக்களைத் தடுத்தவர்
எம் மக்களுக்கெதிராய்த் துப்பாக்கி நீட்டியவர்
நம் அண்ணன் தம்பி ஆயினும் சபிக்கின்றேன்
"உலகின் எந்த மூலையில் ஒழித்தாலும் ஐயோ!"

என் மக்களுள்ளிருந்து ஊற்றெடுக்காத
அதிகாரங்களை நிராகரிக்கிறது என் பாடல்.

களைத்தும் பசித்தும் தாகித்தும் இருக்கிற
புண்பட்ட தாயே
முதலில் நீ வீடு திரும்ப வேண்டும்.
உனக்கு இப்ப என்ன வேண்டும் என்பதை
ஆகாயத்தில் இருக்கிற நாங்களல்ல
களத்தின் சவால்களை எதிர்கொள்ளுகிற
நீ மட்டுமே அறிவாய்.
நாளை என்ன வேண்டும் என்பதையும்
நாளை நீதான் காணுவாய்.
தாயே உன்னைப் பீடித்த பிசாசுகள் அல்ல நாம்
இனி என்றும் நாங்கள் உனது கை
அற்புத விளக்குகள் மட்டுமே.

XI

நினைவிருக்கிறதா தாயே!
"எத்தனைக் காட்டுத் தீயும் அணைந்தே போகும்
முகம் கொடுக்கும் புல்வெளிகளோ
பூத்துக் குலுங்கும்" என
வியட்னாம் எரிகையில் நான் பாடிய பாடல்.
என் அன்னை மண்ணில் நெருப்பிடை நின்று
இன்றும் அப்பாடலைப் பாடுக என் மனசே!

- 2009

பால்ராஜ் அமரனுக்கு

அமரா
நீ மீட்ட ஆனையிறவில்
கடலேரியில் தரை இறங்கும்
செஞ்சட்டை பூநாரைகளாய்
வன்னியெங்கும்
தாயின் மணிக்கொடிகள் பதிகின்றனவே.
என் கவிதையில் நீ வாழ்க்கையிலே
ஈழம் கதறி அழ நியாயமென்ன.

நீயோ முடங்கிய காலில்
மூண்டெரிந்த விடுதலைத் தீ.
தீவட்டியாய் உன்னைச் சுமக்கும்
தோழரைக் காக்க
கடல் ஏறி 'இத்தாவில்' களத்தில் தரை இறங்கி
அபிமன்யுவே தோற்ற
சக்கர வியூகம் உடைத்து
சமர் வென்ற மாவீரா
உனக்குச் சா என்று சொன்னது யார்
வையமுள்ள மட்டும் வாழ்க என் அஞ்சலியில்.

உன்னை எழுதாமல் இந்தத் தமிழ் எதற்கு?
களம் களமாய்
தோழர் உன்னைச் சுமந்ததுபோல்
காலங்கள் ஊடே
என் கவிதை இனிச் சுமக்கட்டும்.
அவனை ஆழப் புதைக்காதீர்
ஆலயங்கள் கட்டாதீர்.
நாளை மணலாற்றை மீட்டு

வாழத் திரும்புகையில் நம் சனங்கள்
மசிரை விட்டுதுகள் தம்
மனம் நிறைந்த நாயகனை.

அவன் மணலாற்று அகதிகளின் புதையல்
ஆழப் புதைக்காதீர்.

- 2008

குறிப்பு: 'இத்தாவில்' ஆனையிறவு இராணுவ முகாமுக்கு அண்மிய கரை.

அம்மா

போர் நாட்களிலும் கதவடையா நம்
காட்டுவழி வீட்டின் வனதேவதையே
வாழிய அம்மா.
உன் விரல் பற்றிக் குறுகுறு நடந்து
அன்று நான் நாட்டிய விதைகள்
வானளாவ தோகை விரித்த
முன்றிலில் நின்று எனை நினைத்தாயோ?
தும்மினேன் அம்மா.
அன்றி என்னை வடதுருவத்தில்
மனைவியும் மைந்தரும் நினைந்திருப்பாரோ?

அம்மா
அழிந்ததென்றிருந்த பச்சைப் புறாக்கள்
நம் முற்றத்து மரங்களில்
மீண்டு வந்து பாடுதாம் உண்மையா?
தம்பி எழுதினான்.
வலியது அம்மா நம் மண்.
கொலை பாதகரின் வேட்டைக் கழுகுகள்
வானில் ஒலித்த போதெலாம்
உயிர் நடுங்கினையாம்.
நெடுநாளில்லை இக்கொடியவர் ஆட்டம்.

இருளர் சிறுமிகள்
மேற்குத்தொடர்ச்சிமலையே அதிர
நீர் விளையாடும் ஆர்ப்பாட்டத்தில்
கன்னிமாங்கனி வாடையில் வந்த
கரடிக் கடுவன் மிரண்டடிக்கின்ற
கொடுங்கரை ஆற்றம்கரை வருகையிலே

எங்கள் ஆற்றை எங்கள் காட்டை
உன்னை நினைந்து உடைந்தேன் அம்மா.

என்னரும் தோழமைக் கவிஞன் புதுவை
உன்னை வந்து பார்க்கலையாமே.
போகட்டும் விடம்மா.
அவனும் அவனது
பாட்டுடைத் தலைவனும் மட்டுமல்ல
உன்னைக் காக்க
யானையின் மதநீர் உண்டு செழித்த நம்
காடும் உளதே!

- 2006

கொடுங்கரை ஆறு:
தமிழகம் கோயம்புத்தூர் மாவட்டத்தில் உள்ள சிற்றாறு.

[2006 போர்க்காலத்தில் வன்னியில் வாழ்ந்த என் அம்மா நோய்வாய்ப்பட்டார். வள்ளலான என் அம்மாவைப் போராளிகள் உட்பட பலரும் சென்று பார்த்தனர். தோழர் புதுவை ரத்தினதுரை போகவில்லை என அறிந்து சினந்து எழுதிய கவிதை. இக்கவிதையை விடுதலைப் புலிகள் 'வெளிச்சம்' என்ற தங்கள் உள்சுற்று சஞ்சிகையில் வெளியிட்டார்கள்.]

வரமுடியவில்லை அம்மா

வரமுடியவில்லை அம்மா
தீயினை முந்தி உந்தன்
திரு உடலில் முத்தமிட...

சிங்கமும் நரிகளும் பதுங்கும்
நீர்ச்சுனையின் வழி அஞ்சி
உயிர் வற்றும் மானானேன்.
சென்னைச் சுவர்ப் பாலை
துடிக்கும் பல்லி வாலானேன்.

தோப்பாகும் கனவோடு நீ சுமந்த
நறுங்கனிகளைத் தின்றதே
ஈழத் தமிழன் விதி என்ற
பேர் அறியா தேசத்துப் பறவை.
துருவக் கரை ஒன்றில்
அதன் பீயாய் விழுந்தேனே
என் கனிகளைச் சுமந்தபடி

இறால் பண்ணை நஞ்சில்
நெய்தல் சிதைந்தழியும்
சேதுக்கரையோரம்
படகுகளும் இல்லை.
கண்ணீரால் உன்மீது
எழுதாத கவிதைகளைக்
காலத்தில் எழுதுகிறேன்...

- 2006

[அம்மாவின் மரணச் சேதி கேட்டும் இலங்கை போக முடியாத போர்ச் சூழலின் துயருடன் சென்னையில் இருந்து எழுதிய அஞ்சலிக் கவிதை.]

இன்றைய மது

உலகம்
விதியின் கள்ளு மொந்தை.
நிறைந்து வழிகிறது அது
மதுக்கிண்ணம் தாங்கியவர்களால்
எப்போதும் நுரைத்தபடி.
நேற்றிருந்தது வேறு.
இங்கே நுரை பொங்குவது
புதிய மது.

அது இன்றைய நாயகனுக்கானது.
நாளை கிண்ணம் நிறைகிறபோது
வேறு ஒருவன் காத்திருப்பான்.
நிச்சயம் இல்லை நமக்கு
நாளைய மது அல்லது நாளை.

எனக்காக இன்று சூரியனை
ஏற்றி வைத்தவனுக்கு நன்றி.
அது என் கண் அசையும் திசைகளில்
சுவர்க்கத்தின் கதவுகளைத் திறக்கிறது.
மயக்கும் இரவுகளில்
நிலாவுக்காக
ஓரம்போகிற சூரியனே
உன்னையும் வணங்கத் தோன்றுகிறதடா.

கள்ளு நிலா வெறிக்கின்ற
இரவுகள் தோறும்
ஏவாளும் நானும் கலகம் செய்தோம்.
ஏடன் தோப்பினால் விரட்டி அடித்தோமே

கடவுளையும் பாம்பையும்.
இதைத் தின்னாதே என்னவும்
இதைத் தின் என்னவும் இவர்கள் யார்.
காதலே எமது அறமாகவும்
பசிகளே எமது வரங்களாகவும்
குதூகலித்தோம்.

எப்பவுமே வரப்பிரசாதங்கள்
வசந்தம் முதலாம் பருவங்கள் போலவும்
உறவுகள் போலவும்
நிகழ் தருணங்களின் சத்தியம்.

நிலம் காய்ந்த பின்
விதைப்பெட்டி தூக்கியவனுக்கு ஐயோ.
பட்டமரம் துளிர்க்கிற மண்ணில்கூட
அவனது வியர்வை முளைப்பதில்லை.
போன மழையை அவன் எங்கே பிடிப்பான்?
அது ஈரமாய் காத்திருந்திருந்த சத்தியம்.
நனைந்த நிலத்தில்
உழுகிறவனின் கவிதையை எழுதுகிறது
ஏர்முனை.

காலியான விதைப்பெட்டியில்
காட்டுமலர்களோடு நிறைகிறது கனவுகள்.

- 2004

என் கதை

அவள் தனி வனமான ஆலமரம்.
நான் சிறகுகளால் உலகளக்கிற பறவை.
என்னை முதன்முதற் கண்டபோது
நீலவானின் கீழே அலையும்
கட்டற்ற முகிலென்றே நினைத்தாளாம்.
நானோ அவளை
கீழே நகரும் பாலையில் தேங்கிய
பாசி படர்ந்த குளமென்றிருந்தேன்.

ஒருநாள் காதலில் கிளைகளை அகட்டி
ஜாடை காட்டினாள்.
மறுநாள் அங்கிருந்தது என் கூடு.
இப்படித்தான் தோழ தோழியரே
எல்லாம் ஆரம்பமானது.
தண்ணீரை மட்டுமே மறந்துபோய்
ஏனைய அனைத்துச் செல்வங்களோடும்
பாலை வழி நடந்த காதலர் நாம்.

அவளோ வேரில் நிமிர்ந்த தேவதை.
நிலைப்பதே அவளது தர்மமாயிருந்தது.
சிறகுகளில் மிதக்கும் எனக்கோ
நிலைத்தல் இறப்பு.
மண்ணுடன் அவள் எனை
வேரால் இறுகக் கட்ட முனைந்தும்,
நானோ விண்ணுள் அவளைச் சிறகுடன்
எய்ய நினைந்து, தோற்றுப் போனோம்.

உண்மைதான் அவளை
நொண்டி யென்று விரக்தியில் வைதது.
முதலில் அவள்தான் என்னைப் பார்த்து
கண்ட மரம் குந்தி, ஓடுகாலி,
மிதக்கும் நரகல் என்றாள்.

ஒரு வழியாக இறுதியின் இறுதியில்
கூட்டுக்காகவும் குஞ்சுகட்காகவும்
சமரசமானோம்.
மாய உறவின் கானல் யதார்த்தமும்
வாழ்வின் உபாயங்களும்
காலம் கடந்தே வாய்த்தது நமக்கு
நம் காதலாய் அரங்கேறியதோ
உயிர்களைப் படைக்குமோர் பண்ணையார்
என்றோ எழுதிய நாடகச் சுவடி.

இப்போது தெளிந்தேன்.
சந்திக்கும் போதெலாம்
என் தங்க ஆலமரத்திடம் சொல்வேன்.
"ஆயிரம் வனங்கள் கடந்தேன் ஆயினும்
உன் கிளையன்றிப் பிறிதில் அமர்ந்திலேன்."
மகிழ்ந்த என் ஆலமரம் சொல்லும்
"என்னைக் கடந்தன ஆயிரம் பறவைகள்
என் கிளைகளில் அமர்ந்ததோ
நீ மட்டும்தான்."

இப்படித்தான் தோழ தோழியரே,
ஒரு மரமும் பறவையும் காவியமானது.

- **2002**

வாழ்வின் கவிதை

நீர்க் கரையின் கோரையிடை பாம்பின் கண்கள்.
புல்பூத்த தட்டானில் மயங்கும் தவளை.
துருதுருத்து மோந்தபடி கீரிப்பிள்ளை.
பசுமை இனிக்க மான் கிளை
வரும் தடத்தில் விரிகிறது மனிதன் கண்ணி.
அச்சத்தில் சாகாதவை வாழ்கிறது
இக்கணம்.
என்றும்போல் மருதமரம் செழிக்க ஊட்டியும்
வேர் அறுத்தும் நகர்கிறது பாலி ஆறு.

டைட்டானிக் கனவு மனிதா
உன் விஞ்ஞான வரைபடத்தில்
ஏது மிதக்கும் பனிப்பாறை.
எனினும் உன்னால் இயலுமே
மூழ்கையிலும் வயலின் மீட்டி
சாவையும் வாழ்தல்.
ஞான் அறியும்
நஞ்சு பருக விதித்த பின்னும்
வாழ்ந்த ஒரு கிரேக்கத்து மனிதன் காதை.

இலக்கமில்லா வாகனம் ஊரும்
எதிரிகளின் துப்பாக்கி சுட்டும்போதும்
நண்பரது கொலைக்கரத்தால் விலங்கு பூண்டு
நாள் நேரம் காத்திருந்த வேளையிலும்
வாழும் ஆசை புதுவெள்ளமாய்ப் பெருக
ஜீவநதியாய் இருந்தேன் என்பதன்றி
பெருங்கவிதை என் வாழ்வில் வேறு ஏது.

கையில் கறையாக
பெண்கள் சிலரது கண்ணீர் மட்டுமே.
மனிதம் இழிந்து ஆண்மையாவதில்
பெருமைப்பட்ட
என் கவிதை சாயம்போன
அந்த நாட்களை வெறுக்கிறேன்.
ஆணை/பெண்ணை தாண்டி
மனிதம் அடைதலே விடுதலை.
கைகொடுக்கிற தோழி/தோழரால்
மீட்கப்படுகிறதே பாக்கியம்.

மோசமான கவிதைகள் எழுதியுள்ளேன்...
ஆனால் எப்போதும் வாழ்ந்தேன்
நல்ல கவிதையாய்.
போர்க்களம் என்மீது இறங்கியபோதும்
சிங்களத்துத் தோழரை தோழியரை
முஸ்லிம் சகோதரரை சகோதரியைக் கேளுங்கள்.
எப்பொழுதும் மனிதனாகவே முயன்றேன்
அதுவே நான் எழுதிய நல்ல கவிதை.

தலை பணியாது
வாழும் ஆசையை இறுகப் பற்றுதலே
எனது கவிதை.

- 2002

இருமை

நான் சிறுசாய் இருக்கையில்
உலகம் தட்டையாய் இருந்தது.
எங்க பாட்டிக்குத் தெரிந்த ஓர் அரக்கன்
ஒருமுறை உலகைப் பாயாய்ச் சுருட்டி
ஒளித்துவிட்டானாம்.
அப்போதெல்லாம்
பகல்தொறும் பகல்தொறும்
ஏழு வண்ணக் குதிரைத் தேரில்
சூரியன் வருகிற வழி பார்த்திருந்து
பாட்டி தொழுவாள் நானும் தொடர்வேன்.

ஒருநாள் வகுப்பறையில்
என் அழகான ஆசிரியை
உலகை உருண்டையாய் வனைந்து
பிரபஞ்சத்தில் பம்பரம் விட்டாள்.
சூரியனைத் தேரினால் இறக்கி
பிரபஞ்சத்தின் அச்சாய் நிறுத்தினாள்.
பின்னர் கல்லூரியிலோ
ஆசிரியர்கள் பிரபஞ்சத்துள்
கோடி கோடி சூரியன் வைத்தார்.

இப்படியாக என்
பாட்டியின் மானச உலகில்
வாழ்வு மனசிலாகியது.
கற்ற உலகிலோ எனது அறிவு
கவசம் பூண்டு ஆயுதம் தரித்தது.
இந்த இரு வேறு உலகும்
என் இருப்பு நதியின்
எதிர் புதிர்க் கரைகள்.

நதியின் அக்கரையோ
முன்பொரு காலத்தில்,
அங்கு உண்மை பேசியதால்
ஏழை விறகு வெட்டிக்கு
பொற் கோடரியும் தருகிறாள்
வனதேவதை.
இக்கரையோ எதிர் காலத்தில்,
அங்கு மனிதனையே
பிரதிமை செய்கிறார் விஞ்ஞானியர்கள்.

காற்றரனாய்
தீபத்தில் கூப்பிய கரம்போல்,
அலைப்புறும் என்மீது
நம்பிக்கைகளும் விஞ்ஞானங்களும்.

- 2001

அழுவதே விதியென்றால்...

I

என் தாய் மண்ணின் புதல்வர் புதல்வியரே
தலை பணிந்தேன் சகோதரரே...

அண்ணர்கள் நாங்கள் கொடுமை இழைத்தோம்
உங்கள் மண்ணைப் பறித்தோம்
மாபாதகர்களாய் தொப்புள்கொடி அறுத்து
அன்னை மண் வயிற்றிருந்தும்மை எடுத்தெறிந்தோம்.
அதன் பின்னும் ஐந்து வருடங்கள்
வடக்கில் கொழும்பில்
உலகத்து நாடுகளில்
"நானென்ன தம்பிக்குக் காவலா" எனக் கேட்கும்
ஆதாமின் காயினைப் போல்
அருளற்றுப் பேசி வந்தோம்.
இதன் பின்னும்கூட நீங்கள் எம்மை வெறுக்கவில்லை.
எதிரி நிலை எடுக்கவில்லை
இன்னமும் எம்மை அண்ணா என நினைக்கிறீர்.

என்ன கொடுமை இழைத்தோம் தமிழர்களே
என்ன கொடுமை நாங்கள் இழைத்துவிட்டோம்.
என்னுடைய வாழ்நாளில்
வடபுலத்து முஸ்லிம் மனிதர்களே
உம்போல இன்னுமோர் மகத்தான
இனத்தவரைக் கண்டதில்லை
இதுபோல மாண்புடைய உறவுகளை அறிந்ததில்லை
இத்தனைக்குப் பின்னும் ஈழத்தின் குயிலான
என்னை அழைத்து ஒரு பாடல் பாடென்றீர்

எதைப் பாட தோழர்களே எவன் பாடத் தோழியரே
என் கண்ணீரை என் வெட்கத்தை
என் இனத்தின் வரலாற்றுத் தலைகுனிவை
கையாலாகாத
என் போன்ற தமிழ்க் கலைஞர்களின் பேடிமையை
எதைப் பாட தோழர்களே எவன் பாடத் தோழியரே
தவறிழைத்தோம் திருத்துவோம்
என்றுலக எதிர்ப்பின் முன்
தலைவர்களே வந்து
தலைசாய்த்துச் சொன்ன பின்னும்
இன்னும் சில கலைஞர்
இன்னும் சில அறிஞர்
ஏதேதோ நியாயங்கள்
எடுத்துரைக்கும் கயமைதனை
எதைப் பாட தோழர்களே எவன் பாடத் தோழியரே

II

இந்துக்கடலாடி எழுந்துவரும் இளவாடை
நீர் சிந்துகின்ற கூந்தல் துவட்டும்
வடகரைகளிலே நீங்கள்
நொந்து வடித்த கண்ணீர்
இதுவரைக்கும் காயவில்லை
அன்றே அகலிகை கல்லான எங்களது மண்ணுக்கு
மீண்டும் நீங்கள் வந்து
மிதிக்கும்வரை விடிவில்லை.
உங்களிடம் பறித்தெடுத்த நெஞ்சக் கனவுகளை
நினைவுப் புதையல்களை

உங்களது பிள்ளைகளின் எதிர்கால வரலாற்றை
மண்ணின் மேல் உங்களது மதலைத் தமிழ்
ஏன் மறைந்ததென்று அறியாத அங்கலாய்ப்பில்
உங்களது முன்னோரின்
எலும்புச் செல்வங்கள் உறங்குகின்ற
ஈமப்புதைகுழிகளை
அவர்கள் உதிரத்தில் செழித்த பழத்தோட்டங்களை
வாழையடிவாழையென உங்கள் தலைமுறைகள்
"அல்லாஹூ அக்பர்"என ஆர்ப்பரித்த
பள்ளிவாசல்களை
எல்லாம் முன்வைத்து
உங்கள் காலடியைத் தொட்டு
மன்னிப்பீர் என்று வாய்விட்டலறாமல்
என் இனத்தின் கைவிலங்கு
ஒருபோதும் ஒடிவதில்லை;

III

பாதகத்துக்கு
வருடங்கள் ஐந்தாச்சு
தவறு, வருத்தம், திருத்துவோம் என்றபடி
தலைவர்கள் வாக்களித்து
வருடங்கள் இரண்டாச்சு
என்ன தமிழர்களே எல்லோரும் நித்திரையா..?

எல்லாம் அபகரித்து
நட்பில்லாச் சூரியனின் கீழ்
உப்புக் களர் வழியே

ஓடென்று விரட்டிவிட்ட
குற்றமெதுவும் அறியா இக்
குணக்குன்று மானிடங்கள்
ஐந்து வருடங்கள்
கண்ணீரும் சோறும் கலந்தே புசிக்கின்றார்...
இன்னும் தமிழர்கள் எல்லோரும் நித்திரையா?
இதுதானும் தலைவர்களின் வாக்குறுதி முத்திரையா?

ஆறாம் வருடமும் இவர்கள்
அழுவதே விதியென்றால்
அழியட்டும் இந்நாடு
அழியட்டும் எனது இனம்
அழியட்டும் என் கவிதை
அழியட்டும் எனது தமிழ்.

- 1994

இலையுதிர்கால நினைவுகள்

இன்பக் கனவுபோல்
தோன்றி மறைந்தது கோடை.
காற்றுக் குதிரைகளில்
குளிர்சாட்டை சொடுக்கி வரும்.
வெய்யிற் சுகம் தேடி
வடதுருவப் பறவைகளும்
என் தாய்நாட்டின் திசை நோக்கி
தங்களது சிறகசைக்கும்.
வான் நோக்கிக் கை உயர்த்தித் தொழுகின்ற
கறுப்பர்களைப் போல்
இலை உதிர்த்து நிற்கும்
ஓக் மரங்களின் கீழே
தனிதலையும் மக்பாய் இழிவாக எனை நோக்கும்.

"மக்பாய்! மக்பாய்!
எல்லா பறவைகளும்
என்னுடைய தாய்நாட்டின் திசைகளிலே
சூரியனைத் தேடிப் புலம்பெயரும்

குளிர் நாளில்
நீ மட்டும் இந்த துருவத்தில் தரித்ததென்ன?"

மக்பையோ உனக்கிவைகள் புரியாது
என்பதுபோல் தலை அசைக்கும்.
"எனக்கிவைகள் புரியாதா?"
"உனகெப்படிப் புரியும்?
துருவத்துப் பறவைகளே தேடுமுந்தன் தாய்நாட்டை
குண்டி மண்ணைத் தட்டுதல்போல்
தட்டிவிட்டு வந்தவன் நீ"
மக்பை சொல் தீக்கோலாய்
மனதில் குறிபோடும்.

"நில் மக்பை" என்றேன்.
நாமறிவோம்
இலங்கைத் தமிழர் உங்கள் நாகரிகம்
பிறருடைய பேச்சு சுதந்திரத்தை
என்றேனும் ரசித்ததுண்டா நீங்கள்?
என்றபடி மக்பை எட்டப் பறந்து செல்லும்.

வானில் ஒரு பரதேசிபோல்
குளிர்ந்துபோன சூரியனின் பரிதாபம்.
மண்ணில்
மஞ்சளாய் தலை நரைத்த மரங்களின்கீழ்
பொன்னாய் இறகசைக்கும்
வண்ணத்துப்பூச்சியாய் பகட்டி
பேர்ச் இலை பழுத்தல் ஒன்று
புல்லில் தரை இறங்கும்
ஒரு புது அகதி வந்ததுபோல்.

உலகெங்கும் உதிர்க்கும்
வாழ்வை இழந்து வசதி பொறுக்குகின்ற
மனிதச் சருகுகளாய் புரள்கின்றோம்.
என்ன நம் தாய்நாடு
ஓயாமல் இலை உதிர்க்கும்
உயிர்ப்பிழந்த முது மரமா?

யாழ்நகரில் என் பையன்
கொழும்பில் என் பெண்டாட்டி
வன்னியில் என் தந்தை
தள்ளாத வயதினிலே
தமிழ்நாட்டில் என் அம்மா
சுற்றம் பிராங்போட்டில்

ஒரு சகோதரியோ
பிரான்ஸ் நாட்டில்
நானோ
வழிதவறி அலாஸ்கா வந்துவிட்ட
ஒட்டகம்போல்
என்ன நம் குடும்பங்கள்
காற்றில் விதிக் குரங்கு கிழித்தெறியும்
பஞ்சுத் தலையணையா?

பாட்டனார் பண்படுத்தி
பழமரங்கள் நாட்டி வைத்த
தோப்பை அழியவிட்டு
தொலை தேசம் வந்தவன் நான்.
என்னுடைய பேரனுக்காய்
எவன் வைப்பான் பழத்தோட்டம்.

கடந்த வசந்தத்தில்
கின்னரங்கள் மீட்டி
எழில் கன்னியர்கள் பாடுகின்ற
களியாட்டரங்குகளில்
கிண்ணங்கள் கொஞ்ச, மங்களம்கூறி
மனமுடைந்தேன் பரதேசி.

இது இயற்கையே விரக்தியுறும்
இலையுதிர் காலம்.
இனி நீர்கூடக் கல்லாகும்
நீண்ட குளிர்காலம்.

இன்னும் எத்தனை நாள்
இந்துக் கடல் மடியில்

வாடையும் தென்றலும் மீட்ட இசைக்கின்ற
மரகத வீணையென.
வடகிழக்காய் நீண்ட என் தாய்நாட்டை
நெஞ்சில் சுமந்து நான் ஏங்குவது?
நாட்டேக்கம் என் உயிரை
நஞ்சாய் சமிக்கிறதே.

நெஞ்சம் கலங்காதே என்றபடி
நெருங்கி வந்த மக்பை
"அதோ தெரியுது பார்" என்று
விமான நிலையத்தின் வழிகாட்டும்.

- 1989

[1989 இலையுதிர்கால முடிவில் நான் ஒஸ்லோ நகரில் இருந்தேன். விடைபெறும் இலையுதிர்காலம் கடைசி மஞ்சள் இலைகளை உதிர்த்தது. உள்ளே நுழையும் கூதிர் காலம் ஆரம்ப வெண்பனியைப் பெய்தது. பெரும்பாலான பறவைகள் குளிருக்குத் தப்பி என் தாய்நாட்டின் திசையில் பறந்துவிட்டன. மக்பை என்னும் காக்கை இனப்பறவைகள் மட்டும் என் அறை சன்னலுக்கு வெளியே அடிக்கடி தோன்றி வெண்பனியில் அலைந்தன.

உதிரும் இலைகளும் வாட்டும் குளிரும் மனசை நசிக்க நாட்டேக்கத்தில் உளன்ற நாட்கள் அவை. அந்த நாட்களில்தான் இந்தக் கவிதையை எழுதினேன். இந்தப் புகழ்பெற்ற கவிதை புலம்பெயர்ந்த தமிழர் பற்றிய கட்டுரைகளில் அடிக்கடி எடுத்தாளப்படுகிறது.]

காயத்திரி

I

குட்டிச்சுவர்கள் தூண்கள் நடுவே
நூல் விட்டது புகை.
முற்றத்தில் சப்பாத்துத் தடங்களின் மீது
காற்றுடன் புரண்டது சாம்பல்.
இறைந்து கிடந்து
வெயிலில் பொற்சிமிழாகப் பகட்டும்
தீர்க்கப்பட்ட தோட்டாச் சிமிழ்கள்.
அங்குமிங்குமாய் சிங்களம் பொறித்த
உணவு டப்பாக்கள்
காலியாக.

புதையுண்ட ஒரு தொல் நகராக
மரண ராச்சியம் அங்கே இருந்தது.
குட்டிச்சுவரிடை
சாம்பலும் நீறிய கபாலமும் எலும்புமாய்
மானிடம் ஒன்று.
ஈமத்துக்கேது ஆண்பால் பெண்பால்?
கபாலத்தருகே சாம்பலில் மின்னும்
தீயில் உருகிய தங்கத் திரட்டு.
செந்தீகூட இரைவிலங்காகவா
பெண்ணைப் பார்த்தது?

II

காணியின் பின்புறம் காடு விரியும்
காட்டின் உச்சியில்
காலொடிந்த சூரியன் கிடக்கும்.
ஒருவழியாகப் பொழுது சாய்கையில்

மோட்டார் சத்தம்.
ஒரு சீரற்று
ஆயுதம் தரித்து
இளைஞர்கள் சிலபேர் ஜீப்பை நீங்கினர்.
போரில் வீழ்ந்த தோழனைப் போல
வீழ்ந்து கிடந்த அவ்வீட்டை நோக்கினர்.
யாரோ ஒருவன் மூக்கைச் சிந்தினான்.

காடுகளுக்குக் காது முளைத்தது.
கண்கள் கால்கள் கைகளும் முளைத்தன.
வாயும் முளைத்தது.
காளான்களாகக் கிடந்த மனிதர்கள்
வெளியில் வந்தனர்.
அழுவதற்குச் சுதந்திரம் கிடைத்த
அந்தக் கணமே
மரண அமைதியைக் கிழித்துபோட்டாள்
சிறுமி ஒருத்தி.
கதிரியக்கம்போல் எங்கும் நிறைந்தது
அந்தக் கூச்சல்.
காட்டை மண்ணை உயிரினங்களை
ஒருகணம் தைத்தது அந்தக் கூச்சல்
இளைஞர்கள் ஒரு கணம்
சில்லிட்டுறைந்தனர்.
அத்தனை பேரும் மூக்குச் சிந்தினர்.

III

அந்த மாலையே
துக்கம் கொண்டாட வந்ததுபோலக்
கறுப்புச் சட்டை அணிந்த வானம்

ஊர்மேல் திரண்டது.
பறை அடித்து அந்த ஊரின் மக்களை
உசுப்பிக் கைவிடமாட்டோம்
என முழங்கியது கோபத்தோடு.
காட்டிலிருந்து வந்த சிறுபுயல்
மரண வாடையை உதைத்துத் தள்ளும்.
அந்த மண்ணில் சாவின் தீட்டைப்
பெருமழை கழுவும்.
அந்த ஊரின் வயல்களைத் தேடிச்
சாம்பலை உரமாய்க் குவிக்கும் வெள்ளம்.
இரவிரவாக வானம் அழுதது.

IV

மரங்கொத்திப் பறவைகள் தாளம் போட்டன.
சில்வண்டுகள் சுருதி சேர்த்தன.
பறவைகள் பாடின.
காட்டிலிருந்து வெளிப்பட்ட மயில்கள்
வாழ்வின் எழிலை ஆடிக் காட்டின.
மீண்டும் மீண்டும் போய் வருகின்ற
சூரியக் கிழவன் எங்கோ தொலைந்தான்.
அன்று பிறந்தது புத்திளம் சூரியன்.
புதுயுகம் ஒன்று பிறந்த சேதியைக்
காற்றில் எழுதின பட்டாம்பூச்சிகள்.
எங்கோ ஒரு குயில் புதுயுகப் பாடலை
அடித்து அடித்து அடித்தெழுதியது.
கூரை பஸ்பம்;
இறைவன் அருளால் தீக்குத் தப்பின

குட்டிச்சுவர்கள்.
குட்டிச்சுவர்களில் காட்டுத் தடிகள்;
காட்டுத் தடிகள் சூடிக் கொண்டன
வைக்கோற் கூரை.

கூடு நீங்கும் குருவிக் குஞ்சாய்ச்
சிறகுக் கைகளைக் காற்றில் அசைத்து
இடுப்பை முன் தள்ளி
ஓடிவந்தாள் ஒரு சிறு பாலகி.
வியப்பால் இரண்டு விழிகளும் அகல
நெடுநாளின் பின் விருந்தாய் வந்த
காக்கையைப் பார்த்தாள்.
'கா கா' என்றாள்.

V

அம்மா சொல்லிய கதைகளில் இருந்து
காக்கை பேசுதல் அறிவாள் சிறுமி.
மானிடம் பேசும் சங்கதி தனக்கும்
தெரியும் என்பதுபோல்
'கா கா' என்று கதைத்தது காக்கை.
"பாட்டி பாவம், வடை திருடாதே"
பெரிய மனிசிப் பாவனையோடு
விரல்களை ஆட்டி அதட்டினாள் சிறுமி.
மிரண்டது காக்கை.
தப்புத்தான் எனத் தலையை ஆட்டி
ஒத்துக்கொண்டது.
"இத்தனை நாளும் எங்கு போயிருந்தாய்?"

சிறுமி கேட்டாள்.
பெருமிதத்தோடு காக்கை நிமிர்ந்தது.
அலகுகளாலே வானைக் காட்டி
'கா கா' என்றது.
வானத்திருந்த சிறுமியின் தாயைக்
கண்டு வந்திருந்ததாம் அந்தக் காக்கை.

காயத்திரி காயத்திரி என
அழுதபடிக்கா அம்மா இருக்கிறாள்?
சிறுமி வினவினாள்.
ஆம் ஆம் என்று கரைந்தது காக்கை.
கண்கள் பனிக்க
காயத்திரி இனி அழவே மாட்டாள்.
தப்புச் செய்யாள்
கொடுக்கிற பாலைக் கொட்டாமல் குடிப்பாள்.
சோறு சாப்பிடுவாள்.
அம்மாவை வரச்சொல் காக்கா என்றாள்.
காக்கை பறந்தது.

VI

குட்டிச்சுவர்களின் மறுபுறமாக
மனிதச் சந்தடி.
சாம்பல் நிரவிய குழிகள் தோறும்
ஒவ்வோர் வாழைக் குட்டியாய் இட்டு
நகருமோர் உருவம்.
தடைகளை மீறி
வாழவும் ரசிக்கவும் படைக்கவும்

துடிப்பிலான்
ஊனுடலாலே மட்டுமே மனிதன்;
ஆத்மா தொலைத்த
கடலட்டை மனிதன்.

அப்பா என்ற குரல் செவிபட்டதும்
வாழைக் குட்டிகள் கைகளை நழுவும்.
முன்னே பாய்ந்து
தனது குட்டியை அள்ளி அணைத்ததும்
அந்த உருவுள் ஆத்மா புகுந்தது.

அப்பா அந்தக் காக்கையைப் பாரெனக்
கைகளை நீட்டினாள்.
பகல் நிலாப்போல
எங்கோ அந்தக் காக்கை இருந்தது.
அப்பா அப்பா அந்தக் காக்கை
அம்மாவோடு வரப்போகிறது
இருந்து பார் நீ.

தலையைத் திருப்பித்
தனது குஞ்சுக்குத் தென்படாமல்
விசும்பி அழுதது அந்த மானிடம்.
தந்தையின் முகத்தைத் திருப்பி
அழாதே என்று அதட்டும் அக்குஞ்சு.

அழுதால் அம்மா வரவே மாட்டாள்.
சாப்பிட வேணும் தூங்க வேணும்;
படுக்கையில் மூத்திரம் பெய்தல் கூடாது;
தெரிந்ததா என்று சிறுமி அதட்டினாள்.

இறுதியாய்ப் புன்னகை;
மனிதப் புன்னகை.
கெக்கலித்துச் சிரித்தாள் சிறுமி.

சிறுமியின் சிரிப்பில் மண் உயிர்ப்படைந்தது.
சூரியனுக்குத் தெம்புண்டாயிற்று.
வாழும் அவாவும் ரசனையும்
இடிய இடியப் புத்துலகியற்றும்
மானிட ஆற்றலும் அவனுள் நிறைந்தன.
புத்துணர்வடைந்து
காடுகள் புனைந்த கிளர்ச்சி இசையை
மீட்டத் தொடங்கிற்று காற்று.
அரிச்சுவடி வாங்கிவா என்று
அப்பனை விரட்டினாள் அந்தச் சிறுமி.

VII

செழித்திருந்தன வாழை மரங்கள்.
உழுத வயல்களில் மண் கமகமத்தது.
வண்டியில் வந்த அயலூர் மனிதர்கள்
விதைநெல் இறக்கினர்.
"நன்றி எதற்கு
நாளை நமக்கு" என்றார் முதியவர்.
காயத்திரியை அள்ளி எடுத்துக்
கதை சொல்ல முனைந்தார்.
காக்கா வடை கதை தெரியும் தாத்தா.
காட்டிலோர் சிங்கமா? நிறுத்துங்க தாத்தா.
தனது நிழலைப் பார்த்த சிங்கம்

பாழும் கிணற்றுள் குதித்தது தாத்தா.
புத்திமான் பலவான்
இந்தக் கதைதான் எப்பவோ தெரியுமே.
நரியும் திராட்சையும் கதையா? புளிக்கும்.
அம்மாவைக் கூப்பிடப் போன காக்காவை
வழியிற் கண்டால் வரச்சொல் தாத்தா.
திணறிப் போனார் அயலூர் தாத்தா.

தாத்தாவோடு வந்த மனிதரைக்
காடு வெட்ட ஆள் அகப்படுமா
என்று வினவினான் சிறுமியின் அப்பா.
தேநீர் அருந்தித் தேறுதல் சொல்லி
விடைபெற்றார்கள் அயலூரார்கள்.
மனிதன் நிமிர்ந்தான்.
வீட்டில் விதை நெல் இருக்கிறதல்லவா!

VIII

நெருப்புள் உப்பெனச் சிடுசிடுவென்று
சிறுமி மிகவும் கோபமாயிருந்தாள்.
என்ன ஏதென மனிதன் துடித்தான்.
"காடு வெட்ட ஆட்களேன் அப்பா?"
"தோட்டம் போட"
"தோட்டமேன் அப்பா?"
"காயத்திரிக்குப் பணம் காசு சேர்க்க."
"காயத்திரி எப்போ பணம் காசு கேட்டது?"
"பணமும் வேண்டாம் காசும் வேண்டாம்
"இந்தக் காடு எனக்கு வேண்டும்"

கண்களைக் கசக்கி விம்மினாள் சிறுமி.
மனிதன் பணிந்தான்.
காட்டின் ஆழத்தில் இருந்து
நீண்ட தூய காற்று
சிறுமியின் தலையைக் கோதிவிட்டது.

IX

முந்திரிப் பழத்தின் பருப்புப்போல
மனிதனின் தோளில் சிறுமி இருந்தாள்.
காட்டைப் பார்த்தாள்.

கோடரியோடு
பாவி மனிதர் கால் வைக்குமுன்னம்
தேவதை இருந்தது இந்தக் காட்டில்.
ஒருநாள் காலைக்கடன் கழிக்கக்
காட்டுள் நடக்கையில் அம்மா சொன்னாள்.
வீட்டில் கக்கூஸ் கட்டப்பட்டது
காயத்திரிக்குப் பிடிக்கவே இல்லை.
கக்கூஸீக்குள் புறாக்களேது?
மயில்களோடு கதைகள் பேசவும்
தேவதைகளை எதிர்பார்த்திருக்கவும்
கக்கூஸீக்குள் சாத்தியப்படுமா?

காட்டைப் பார்த்தாள்.
மந்தையைத் தொலைத்த மேய்ப்பனின் கண்கள் -
கப்பல் தேடும் குருசோ கண்கள்
காட்டை மேய்ந்தன.

காட்டின் விளிம்பிலோர் தேவதை நின்றது
கனவுபோல.

"தேவதை, எனக்கு அம்மா வேண்டும்"
மிட்டாய்க் கடையில் பணம் நீட்டுதல்போல்
சிறுமி மகிழ்ந்தாள்.
தப்புச் செய்யாமல் சமர்த்தாய் இருந்தால்
தேவதை வருமாம்.
கேட்ட வரங்கள் யாவையும் தருமாம்.
திடீரென நாவைக் கடித்தாள் சிறுமி.
கண்களவாகத் தந்தையைப் பார்த்தாள்.
"அப்பா அம்மா இருவரும் வேண்டும்."
- 1986

[1986ல், இந்திய அமைதிப்படை இலங்கைக்கு வந்த காலத்தில் வன்னியில் இருந்தபோது எழுதிய கவிதை.]

நெடுந்தீவு ஆச்சிக்கு

அலைகளின்மீது பனைக்கரம் உயர
எப்போதும் இருக்கிற
என்னுடைய ஆச்சி.

காலம் காலமாய் உன்னைப் பிடித்த
பிசாசுகள் எல்லாம் தோற்றுப் போயின
போத்துக்கீசரின் எலும்புகள் மீதும்
தென்னந் தோப்பு
நானும் என் தோழரும்
செவ்விளநீர் திருடிய தென்னந் தோப்பு.

தருணங்களை யார் வென்றாலும்
அவர்களுடைய புதைகுழிகளின்மேல்
காலத்தை வெல்லுவாள் எனது ஆச்சி.

என்ன இது ஆச்சி
மீண்டும் உன் கரைகளில்
நாங்கள் என்றோ விரட்டி அடித்த
போத்துக்கீசரா?
தோல் நிறம் பற்றியும்
கண் நிறம் பற்றியும்
ஒன்றும் பேசாதே
அவர்கள் போத்துக்கீசரே.

எந்த அன்னியருக்கும் நிலை இல்லை
எனது ஊர் நிலைக்கும் என்பதைத் தவிர
எதனை எண்ணி நான் ஆறுதல் அடைவேன்.
நாளை இந்தப்

போத்துக்கீசரும் புதைய அங்கு
கரும்பனைத் தோப்பெழும் என்பதைத் தவிர
எதனை எண்ணி நான் ஆறுதல் அடைவேன்.

ஆச்சி
என் இளமை நாள் பூராக
ஆடியும் பாடியும் கூடியும் வாடியும்
தேடிய வாழ்வெலாம்
ஆமை நான், உனது கரைகள்நீள
புதைத்துவந்தேனே.
என்னுடன் இளநீர் திருட
தென்னையில் ஏறிய நிலவையும்
என்னுடன் நீர் விளையாட
மழை வெள்ளத்துள் குதித்த சூரியனையும்
உனது கரைகளில் விட்டுவந்தேனே
என் சந்ததிக்காக.
திசைகாட்டியையும் சுக்கானையும்
பறிகொடுத்த மாலுமி நான்
நீர்ப்பாலைகளில்
கனவு காண்பதுன்
கரைகளே ஆச்சி

நீ நிலைத்திருப்பாய் என்பதைத் தவிர
எதனைக் கொண்டு நான்
மனம் ஆற என் ஆச்சி..

- 1985

பூதம் விழுந்துகிடக்கும் மலை

உயிர்ப் பிச்சை கேட்கும் கொடியவன் போல
தளர்ந்து போனதால்,
குளிர் இவ்வேளை
நாடியைத் தடவி உச்சி முகரும்.
வெண் பூந்துகிலால்
முகத் திரையிட்ட
மணமகளாக -
பனியில் அடங்காப் பசும் பேரழகை
மலைமகள் சிந்தும் வைகறைப் பொழுது.

எங்கோ பாடும் ஏதோ ஒரு பறவையும்
எங்கோ பூத்த ஏதோ ஒரு புஸ்பமும்
தங்கள் இருப்பின் சுதந்திரம் மகிழும்.
புகைபடிந்த ஓவியம் போன்ற
காட்சிப்புலத்தில்
சூரியக் குழந்தை சிறுகை அளாவும்.

யாழ்ப்பாணத்துக் கூரைப் பதிவினுள்
கூனிப்போன எனது ஆத்மா
முகில் பாய் விரிக்கும் ஹற்றன் மலைகளில்
நெஞ்சை நிமிர்த்தும்.
குடாவைத் தாண்டியும் உலகம் விரிவதை
அலட்சியப்படுத்தி பைத்தியம் போலப்
பழம் பெருமைக் கந்தலைத்
தேகம் முழுவதும் சூடி
முள்முடிகளையும் விலங்குகளையும்
அணியெனத் தாங்கும் யாழ்ப்பாணத்தை
வலிமை பெயரும் இளைய கரத்தால்
குடாவின் வெளியே இழுத்து வாருங்கள்
ஹற்றன் மலைகளில் நிமிர விடுங்கள்.

அரைத் தூக்கத்தில் தேயிலை நிரல்களுள்
கத்திகள் வீசியும் கூடைகள் நகர்த்தியும்
விழுந்துகிடக்கும் பெரும் பூதத்தை
விழிக்காதென்ற குருட்டுத் துணிவுடன்
எட்டி உதைக்கும் சின்ன மனிதருள்
விலங்குகள் சுமக்கும் நாங்களும் இருந்தோம்.

சிவனொளி பாத மலையும் நடுங்கி
இந்து சமுத்திரக் குழிகளில் பதுங்க
ஒருநாள் இங்கு மானிடம் விழிக்கும்.
எல்லோர் கைகளின் விலங்கும் தகரும்.
பறவைகள் போலவும் பூக்களைப் போலவும்
எல்லோர் இருப்பும் சுதந்திரம் எய்தும்.

- 1982

[இது இலங்கையில் மிக மோசமான ஒடுக்குதலுக்கு ஆளாகி தொடர் அரசியல் போராட்டங்களூடு நிமிர்ந்துவருகிற மலையகத் தமிழர்கள் பற்றிய கவிதை. இக்கவிதையை தமிழ் பேசும் மக்களுக்கு எதிரான பேரின நெருக்கடிகள் முற்றிவந்த 1982ல் எழுதினேன். இலங்கை பூர்வகுடித் தமிழர்கள் இலங்கைத் தமிழர் அல்லது ஈழத் தமிழர் எனப்படுகின்றனர். தேயிலை ரப்பர் தோட்டங்களில் பணிபுரிய தமிழ்நாட்டில் இருந்து ஏழை உழைப்பாளர்கள் குடும்பம் குடும்பமாக கேரளத்துக்கு அழைத்துச் செல்லப்பட்டதுபோல 1827 முதல் இலங்கைக்கும் அழைத்துச் செல்லப்பட்டனர். அவர்கள் சிங்கள பகுதியில் உள்ள மலைநாட்டில் குடியேறப்பட்டனர். அவர்கள் ஆரம்பத்தில் இந்திய தமிழர் எனவும், பின்னர் இந்திய வம்சாவளி தமிழர் எனவும் அழைக்கப்பட்டனர். பல்வேறு போராட்டங்களுக்கூடாக அவர்கள் தமது பெயரை மலையகத் தமிழர்கள் என நிறுவியுள்ளனர். மலையகத்தின் மைய பூமி அட்டன் (Hatton Plateau) மேடும் அதன் தொடற்சிகளுமாகும்.]

வாக்களிக்கப்பட்ட பூமி

சாக்கடை ஓரம் தாமரை அரும்பென
குந்தி இருந்து புற்களைப் பிடுங்கவும்
கொழும்பு மாநகரின் சிற்றுண்டிச் சாலையில்
எச்சில் தட்டு மேசைகள் துடைக்கவும்
சீமாட்டிகளின் வசவும் புகையும்
திணறடிக்கும் சமையல் அறைகளில்
தேநீருக்கு வெந்நீர் காய்ச்சவும்
இதற்கோ உனக்கு இரண்டு கைகள்?
கிழட்டுப் பிரம்மச்சாரி விரக்தியாய்
இளம் காதலரைப் பார்ப்பதுபோல
உன் பிராயத்து
பள்ளி செல்லும் பிள்ளைகள் தம்மை
நீ பார்த்திடல் விதியெனில்.
நொறுக்கப்படுதலே தகும் இந்த நாட்டுக்கு.

திண்ணியனாக
சிவனொளி பாத மலை முகடேறி
வடக்கில் இருந்து தெற்கு வரைக்கும்
முழங்குக உனது விழிப்பை.

அதோ
தேயிலையாலே தாவணி போட்டு
முகில்களைப் பறித்து முடிமயிர் கட்டி
கண்முன் விரியுமுன் அற்றன் மேடு.
இதுவே இதுவே வரலாறு உனக்கு
வாக்களித்த தாய்த் திருநாடு.

அலட்சியப்படுத்தி உன்னை ஒடுக்குவோர்
இருளில் மறைந்த மலை முகடுகளில்
தாழப் பறக்குமோர் விமானியைப் போல
திடீரென தமது அழிவையே காண்பர்.

இதுவரை நீண்டது உன் வனவாசம்.
எழில் முடி புனைக இது உன் தேசம்.

- 1982

மீன்பாடும் தேன்நாடு

வங்கக் கடலுக்கோ வெண்பட்டு மணல்விரிப்பு
மலையகத்து அருவிகட்கோ பச்சை வயல்விரிப்பு
பாடும் மீன் தாலாட்டும் பௌர்ணமி நிலாவுக்கு
ஒயிலாக முகம்பார்க்க ஒய்யாரமாய்த் தூங்க
மட்டு நகரில் வாவியிலே நீர்விரிப்பு.
எங்கிருந்தோ வந்தவர்கள் எல்லாம் அனுபவிக்க
சொந்தங்கள் இங்கே துயரம் சுமக்கிறது.
காலமெல்லாம் இங்கே
கணபதியும் எங்கள் காக்கா முகம்மதுவும்
தெம்மாங்குபாட திசைகாணும் தாய் எருமை.
திசைதோறும் புற்கள் முலைதொட்ட பூமியிலே
கன்றை நினைந்து கழிந்தபால் கோலமிடும்.

காடெல்லாம் முல்லை கமழும் வசந்தத்தில்
வயல்புறங்கள் தோறும் வட்டக்களரி எழும்.
வட்டக்களரியிலே வடமோடிக் கூத்தாடும்
இளவட்டக் கண்கள்
தென்றல் வந்து மச்சியின் தாவணியை இழுப்பதிலே
தடுமாறும் கால்கள் தாளம் பிசகாது.

குதிரையிலே தாவி கொதிப்போடு இளவரசன்
போருக்குப் போவான்
கொடும்பகையை வென்றிடுவான்.

எட்டாக வட்டமிட்டு இறுமாப்பாய்த் தலைநிமிர்ந்து
செட்டாகப் பாடிச் செழிப்பார்கள் போர்வீரர்
அண்ணாவி தட்டும் மத்தளத்தின்
தாளத்தின் சொற்படிக்கு
எல்லாமே வட்டக் களரியிலே மட்டும்தான்,
படிக்கட்டில் பொல்லாவறுமை பசியோடு

இவனுடைய
கைகோர்த்துச் செல்லக்
காத்திருக்கும் வேதனைகள்.

போடியாரின் மாளிகையில் போரடித்த நெல்குவித்து
நாடோடிப் பாடல் மகிழ்ந்து பசிமறக்கும்.
ஊரின்புறத்தே ஒருநாள் நடக்கின்றேன்,

எல்லைப்புற வயலும் எழுவான் கடற்கரையும்
செல்வங்கள் எல்லாம் சொத்தாய்ப் பிறர்கொள்ள
பொட்டல்வெளியில்
கணபதியும் எங்கள் காக்கா முகம்மதுவும்
சிண்டைப் பிடித்துக் கிடக்கின்றார், என் சொல்வேன்!

- 1982

[இது தாய் மண்ணான ஈழத்தில் தாய் பிள்ளையாக வாழ்ந்த தமிழ் மற்றும் முஸ்லிம் மக்கள் பற்றிய கவிதை. குறிப்பாக கிழக்கு மாகாணத்தில் மாறிவரும் சூழல்பற்றி 1982ல் எழுதிய கவிதை. 1970பதுகளில் இருந்தே சிங்கள அரசுகள் கிழக்கில் தமிழ் முஸ்லிம் மக்களிடையில் மோதல்களைத் தூண்டி வருகிறது. இது 1980பதுகளின் ஆரம்பத்தில் நிகழ்ந்த மோதல்களின் துயரில் 1982ல் எழுதிய கவிதை. வடமோடி என்பது கிழக்கு மாகாணத்து தமிழ் கூத்து வடிவமாகும். போடியார் என்பது கிழக்கு மாகாணத்தில் பெரு நில உடமையாளர்களைக் குறிக்கும் சொல்லாகும். மட்டக்களப்பு வாவியில் பௌர்ணமி நிலாக் காலங்களில் மெல்லிய ரீங்காரம் கேட்க்கும். அதனைப் பாடும் மீன் என்கிறார்கள். அது ஒருவகை ஊரிகள் அல்லது மீன்கள் அல்லது கல்லில் மோதும் நீரோட்டம் எழுப்பும் ஒலி என்கிறார்கள் அறிவியலார்]

வசந்த காலம் 1971

காடுகள் பூத்தன,
குயில்கள் பாடின,
எந்த வசந்தமும் போலவே இனிதாய்
எழுபத் தொன்றிலும் வசந்தம் வந்தது.

இராமன் ஆளினும் இராவணன் ஆளினும்
ஊர் ஊராக என்றும் போலவே
எந்த ஒரு பெரிய சவால்களுமின்றி
அதே அதே பெரிய குடும்ப ஆதிக்கம்
அந்த வசந்த நாளிலும் தொடர்ந்தது.
சேற்றில் உழல்வதை இயல்பாய்க் கொள்ளும்
எருமைகள் போலச் சொரணைகள் செத்த
விதியே என்னும் கிராமியப் பண்பை
அந்த வசந்த நாட்களில் புதிதாய்
எந்த ஓர் விசயமும் உலுப்பிடவில்லை
எந்த வசந்த நாட்களும் போலவே
அந்த வசந்த நாட்களும் நடந்தன.

எனினும் எனினும் இலங்கைத் தீவில்
சிங்கள கிராமப்புறங்களில் மட்டும்
இளைஞர்கள் சிலபேர் ஒருவரை ஒருவர்
இரகசியமாகத் தட்டி எழுப்பினர்.
நீண்ட நீண்ட இரவுகள் விழித்து
இருளில் தூங்கும் மக்களுக்காக
மலைகளை அகற்றும்
பரம ரகசியம் பேசிக் கொண்டனர்.
திடீரென அந்த வசந்த நாட்களில்
தெருக்கள் தோறும் துப்பாக்கிச் சன்னதம்

குடியானவரைத் திடுக்கிட வைத்தது.
வீதி மருங்கெலாம் இரத்தப் பூக்கள்,

இருண்ட அந்தக் கிராமங்கள் தோறும்
எத்தனை எத்தனை இள ஞாயிறுகள்
கரிசல் மண்ணுள் புதைக்கப்பட்டன.

குயில்கள் பாட
திருமண ஊர்வலம் போல வந்த
எழுபத்தொன்றின் வசந்த காலம்
ஆந்தைகள் அலற
மரண ஊர்வலமாகக் கழிந்தது.

எங்கள் கிராமங்கள்
மண்வளம் மிகுந்தவை
எதைப் புதைத்தாலும்
தோப்பாய் நிறையும்.

- **1980**

[1971ல் இலங்கையில் ஜே.வி.பி. இயக்க சிங்கள இளைஞர்களின் கிழற்சி இடம்பெற்றது. கிழற்சி மிகக் கொடூரமாக ஒடுக்கபட்டது ஆயிரக்கணக்கான இளைஞர்கள் கொன்று புதைக்கப்பட்டனர். அது 2009ல் இடம்பெற்ற தமிழ் இனக்கொலையின் ஒத்திகைபோன்ற கொடூரமாகும். அந்தக் கிளற்ச்சி பற்றி 1980ஆம் ஆண்டு நான் எழுதிய கவிதை சிங்களவ இளைஞர் மத்தியில் பிரபலமானது.

சாதி மறுப்பு, பொது உடைமை அமைப்பு மற்றும் இணைப்பாட்சி அடிப்படைகளை ஏற்றுக்கொள்ளுமாறு ஜெ.வி.பி தலைவர் ரோகண

விஜயவீராவை 1970ல் சந்தித்துப் பேசினேன். இந்தச் சந்திப்பு அவர் சிகிச்சை பெற்றுவந்த கழுபோவில வைத்தியசாலையில் இடம்பெற்றது.

ரோகண விஜயவீர மற்றும் எஸ்.டி.பண்டார போன்றவர்கள் தமிழர் இனப்பிரச்சினைக்கு தீர்வாக இணைப்பாட்சியை ஏற்றுக்கொள்ளவில்லை. சீனத்து கொமுயூன் முறைமையே சரியானது என்றார்கள். அதனால் எங்கள் பேச்சுவார்த்தை முறிவடைந்தது.

அடுத்த வருடமே 1971ல் கிளற்சி தோல்வியடைந்தது. பல சிங்கள இளைஞர்கள் களபலியாகினார்கள். அதுபற்றிய எனது கவிதை பின்வருமாறு முடிகிறது.

“எங்கள் கிராமங்கள்
மண்வளம் மிகுந்தவை
எதைப் புதைத்தாலும்
தோப்பாய் நிறையும்.”

ஜே.வி.பி. கட்சியினர் எனது கவிதையின் கடைசி வரிகளை சிங்களத்தில் மொழிபெயர்த்து தங்கள் சுவரொட்டிகளில் பயன்படுத்துகின்றனர்.]

கள்ளிப்பலகையும் கண்ணீர்த்துளிகளும்

முரட்டு மேதை என்பர் மேலோர்
'இங்கிதம் அறியான்அறியான்' என்பர்
கபடம் நிறைந்த இளம் சீமாட்டிகள்.

ஓயாது துரத்தும் சவக்குழி விழுங்குமுன்
ஒரேஒரு முறையே வாழுமிவ் வாழ்வில்
கையாலாகாத கோழையைப் போல
கொடுமையும் சூதும் நிறைந்த உலகை
சகித்தும் ரசிக்கும் பாவனை செய்தும்
சான்றோன் என்று மாலைகள் சூட
நானும் எனது நண்பரும் விரும்போம்.

வீணையோடும் தூரிகையோடும்
மூலைமட்டம் ஸ்டெதஸ்கோப் அரிவாள்
சம்மட்டி போன்றவை பழகிப்போன
கைகளை உயர்த்தி நெஞ்சுகள் நிமிர்த்தி
எனது தோழர் புடை சூழ்வார்கள்.

பொன்னாய் அழகு பொலியினும் விலங்கை
அப்பிய மலமாய் அருவறுத்துத்தருவோம்.
வெடிமருந்துகள் தோய்ந்த எம் நாவு
ஓய்ந்திருக்காது.
தடைகள் சீனப் பெருமதிலாயினும்
தகர்க்கும் பணியினைப் பேனைக் குச்சியால்
அங்குரார்ப்பணம் செய்வேன்.
தடைகளைத் தகர்த்தும் விலகியும் தொடர்ந்து
அதிமானிடராய் முன் சென்றிடுவோம்.
விழுமிட தெமக்கோர் நடுகல் நிமிர்த்தி
எமது பிள்ளைகள் பெண்டுகள் தொடர்வார்.

கடலின் மணலை எண்ணித் தீர்ப்பினும்
மானிடர் எமது வம்சக்கொடியை

சவக்குழி விழுங்கித் தீர்த்திடல் முடியுமோ?
விலங்கும் சிறையும் வளைத்திடல் கூடுமோ?

விடுதலை பெற்ற தோழியரோடு
கட்டாந்தரையின் வாழ்வே உவப்பு.
பெரிய இடத்துச் சீமை நாய்களாய்
கார்பவனி வரும் இல்லறக்கனவில்
எமது தோழர் தோழியர் தேயார்.

கொடிய உலகம் சான்றோன் என்னவும்
இளம் சீமாட்டிகள் இனியவன் என்னவும்
குனிந்து நடக்கும் கூழங்கையர்கள்
பெறுமதி கூடிய காலணி இலங்கும்
கால்களைத் தேடியே முத்தம் கொடுப்பர்.
பொன்முலாமிட்ட சவப்பெட்டிப் பரிசால்
உலகம் அவர்களைக் கௌரவம் செய்க.

வெளிப்பூச்சற்ற கள்ளிப் பலகையும்
வெம்மை நிறைந்த கண்ணீர்த்துளிகளும்
எங்களுக்காக இருக்கவே செய்யும்.

- **1979**

(இது என் சுய தரிசனக் கவிதை. யாழ்பல்கலைக்கழகத்தில் மாணவர் தலைவனாக செயல்பட்ட நாட்க்களில் எழுதியது. ஒரு போராட்டத்தின்போது பல்கலைக்கழகத் தலைவராக இருந்த பேராசிரியர் கைலாசபதி என்னை intellectual and Thug என திட்டினார். அவருக்குப் பதிலாக எழுதி பல்கலைக்கழக மாணவர் மன்ற அறிவுப்புப் பலகையில் ஒட்டிய கவிதை. தற்செயலாக யாழ் இணையத்தில் தேடியபோது நண்பர் வ.ந.கிரிதரன் (கனடா) என்னை பற்றி எழுதிய குறிப்பையும் இக்கவிதையையும் கிருபன் யாழ் இணையத்தில் பதிவிட்டிருந்தார்.)

பரிசோதனைக் குழாய் பறவை

சோதனைக் குழாயுள் தேங்கி
மெல்லப் பரவுகின்ற
வண்ணப் 'புரோமின்' ஆவியாய்
வழுவுகிற பாட்டினுள்ளே
செவ்விளநீர் மேனி பொதிந்து
நடை பயிலும் தேவதையே.
காலைப் பனி தோய்ந்து
புத்துணர்வு பொலிகின்ற
பொன் நொச்சிப் பூவே.
இன்னும் சில நொடிகள்...
இன்னும் சில அடிகள்...
விஞ்ஞான ஆய்வகம்
உன்னை விழுங்கிவிடும்.

நில் அங்கே,
கவிஞன் நான் ஆதலினால்
உன்னுடைய
கவின் இளமை நலன் இனிமை
தம்மில் சிறிது லயித்தல் அறமாகும்.

இதயத்துள் 'ஈதராய்'
தெறிக்குமுன் கண்வீச்சை
நல்ல தமிழில் சிருஷ்டிப்பேன்.
நடந்ததென்ன இப்போ
'துருசு' கரைசலில்
சிதையும் இரும்பில் செப்பாக
நாணம் உன் கஸ்தூரி மஞ்சள்
கன்னத்தில் படருவதேன்.

நீ வடிவுடைய நாயகியாள்.
நல்ல கிராமத்துப் பெண்பாவை.
விரிவுரை மண்டபங்கள்
விஞ்ஞான ஆய்வகங்கள்
இவை மட்டுமல்ல பல்கலைக்கழகம்.
அப்பாலும் ஓர் உலகம் பரந்துளது.

- 1979

[யாழ்ப்பாணம் பல்கலைக்கழகத்தில் மாணவர் தலைவனாக பணியாற்றிய காலத்தில் எனக்கு ஆதர்சமாக இருந்த விஞ் ஞானத்துறை மாணவி ஒருவர் பற்றிய கதை. முதலில் பல்கலைக்கழக கவிதை பலகையில் ஒட்டபட்டது. பின்னர் சஞ்சிகைகளில் பிரசுரமானது.]

ஒரு கிராமத்தின் கதை

மிருசுவில் கிராம வயல் வரப்புகளில்
செம்மண் தோய்ந்து மண் புழுக்களைப் போல்
"இழிசனர்" சிலபேர் தரிசனம் தந்தனர்.
கிழடுகள் இளசுகள் சின்னஞ்சிறுசுகள்
நூறு நூறு வருடத்து இயல்புபோல்
களை பிடுங்குதற்காய் காலையில் நடந்தனர்.

நிலா மண்மீது மானிடன் மிதித்து
தசாப்தம் ஒன்று கழிந்ததன் பின்னும்
யாழ்ப்பாணத்து
பள்ளிக்கூட வாசலை மிதிக்காத
பச்சைக் கன்றுகள் முன்னே துள்ளும்.
மாரி வெள்ளம் தேங்கிய பள்ளம்
சவாலைப் போல முன்னே கிடக்க
சிறுசு ஒன்று கல்லை விட்டெறியும்.

"சாதி வெள்ளாளர் குளிக்கும் குழமடா"
"குழித்ததற்காக உங்கள் மாமனை
தென்னை மரத்துடன் வெட்டி வீழ்த்தி
சென்ற வருடம் கொன்றனர் பாவிகள்"
நீர் விளையாட துருதுருத்தவனின்
முதுகில் ஓங்கி ஓங்கி அறைந்து
கிழடு ஒன்று ஒப்பாரியாகும்.
இளசுகள் எல்லாம் வெம்பி வெடிக்கும்.

"நாங்கள் வளருவோம் நாங்கள் நிமிருவோம்
அந்த மரத்தின் இலைகளைத் தொடுவோம்
நாங்கள் இந்தக் குளத்தில் குளிப்போம்..."

சிறுவன் மீண்டுமோர் கல்லை விட்டெறிவான்.
மாரி வெள்ளத் தேக்கம் கண்டே
கிழடுகள் அஞ்சும், இளசுகள் விம்மும்.
மாவிட்டபுரத்துக் கோவில் வாசல்
தடைகளைத் தகர்த்தவர் சந்ததி நாங்கள்
என்பதுபோல சிறுசுகள் மட்டும்
முன்னே விரியும் வயல் வெளியினிலே
கற்களைத் தேடி கண்களை எறியும்.

- 1977

["ஒரு கிராமத்தின் கதை" எழுத்தாளர் கே.டானியல் அண்ணாவுக்கு மிகவும் பிடித்த கவிதை. அண்ணா இக்கவிதையை 1977ல் நிகழ்ந்த தீண்டாமை ஒழிப்பு வெகுஜன இயக்க விழாவில் வாசிக்கும்படி என்னைப் பணித்தார். விழா மலரிலும் வெளிவந்ததாக ஞாபகம். நான் சாதி எதிர்ப்பு கிளர்ச்சியில் தீவிரமாக செயல்பட்ட 1965–1975 காலகட்டத்தில் எழுதிய இதுபோன்ற கவிதைகள் பலவற்றைச் சாதி எதிர்ப்புக் கிளர்ச்சிக் காலத்திலும் பின்னர் போரின் போதும் இழந்துபோனேன். அவற்றில் ஏற்கனவே பிரசுரமாகியிருந்த "ஒரு கிராமத்தின் கதை" போன்ற ஒருசில கவிதைகள் மட்டுமே நூலகங்களில் இருந்ததில் தப்பிப் பிழைத்தது...]

இளவேனிலும் உழவனும்

காட்டை வகிடுபிரிக்கும்
காலச்சுவடான
ஒற்றையடிப்பாதை.
வீடுதிரும்ப
விழைகின்ற காளைகளை
ஏழை ஒருவன்
தோளில்
கலப்பை சுமந்து
தொடர்கிறான்.

தொட்டதெல்லாம் பொன்னாக
தேவதையின் வரம்பெற்ற
மாலை வெயில்
மஞ்சட்பொன் சரிகையிட்ட
நிலபாவாடை
நீளவிரிக்கிறது.

இதயத்தைக் கொள்ளையிட
வண்ணத்துப்பூச்சிகள்
வழிமறிக்கும்
காட்டுமல்லிகைகள்
காற்றையே தூதனுப்பி
கண்சிமிட்டும்.
அழகில்
கால்கள் தரிக்கும்.
முன் நடக்கும் எருதுகளோ,
தரிக்கா.

ஏழையவன்
ஏகும்வழி நெடுந்தூரம்

- 1970

நம்பிக்கை

துணை பிரிந்த குயில் ஒன்றின்
சோகம்போல
மெல்ல மெல்லக் கசிகிறது
ஆற்று வெள்ளம்.
காற்றாடும் நாணலிடை
மூச்சுத் திணறி
முக்குளிக்கும் வரால் மீன்கள்.
ஒரு கோடை காலத்து மாலைப்பொழுது அது.

என்னருகே
வெம்மணலில்
ஆலம் பழக் கோதும்
ஐந்தாறு சிறு வித்தும்
காய்ந்துகிடக்க காண்கின்றேன்.

என்றாலும்
எங்கோ வெகுதொலைவில்
இனிய குரலெடுத்து
மாரிதனைப் பாடுகிறான்.
வன்னிச் சிறான் ஒருவன்.

- 1968

நகர்கிறது பாலி ஆறு

அங்கும் இங்குமாய்
இடையிடையே வயல் வெளியில்
உழவு நடக்கிறது
இயந்திரங்கள் ஆங்காங்கு
இயங்குகின்ற ஓசை
இருந்தாலும்
எங்கும் ஒரே அமைதி

ஏதுமொரு ஆர்ப்பாட்டம்
இல்லாமல் முன் நோக்கி
பாலி ஆறு நகர்கிறது.
ஆங்காங்கே நாணல்
அடங்காமல் காற்றோடு
இரகசியம் பேசி
ஏதேதோ சலசலக்கும்.
எண்ணற்றவகைப் பறவை
எழுப்பும் சங்கீதங்கள்.
துள்ளி விழுந்து
'துழும்' என்னும் வரால் மீன்கள்.

என்றாலும் அமைதியை
ஏதோ பராமரிக்கும்
அந்த வளைவை அடுத்து
கருங்கல் மறைப்பில்
அடர்ந்துள்ள நாணல் அருகே
மணற்கரையில் இரு மருங்கும்
ஓங்கி முகடு கட்டி
ஒளி வடிக்கும்

மருத மர நிழலில்
எங்கள் கிராமத்து
எழில் மிகுந்த சிறு பெண்கள்
அக்குவேறு ஆணிவேறாய்
ஊரின் புதினங்கள்
ஒவ்வொன்றாய் ஆராய்ந்து
சிரித்து கேலி செய்து
சினந்து வாய்ச்சண்டையிட்டு
துவைத்து நீராடிக் களிக்கின்றார்

ஆனாலும்
அமைதியாய்
பாலி ஆறு நகர்கிறது

அந்நாளில்
பண்டார வன்னியன்
படை நடந்த அடிச்சுவடு
இந்நாளும் இம்மணலில்
இருக்கவே செய்யும்
அவன் தங்கி இளைப்பாறி
தானைத் தலைவருடன்
தாக்குதலைத் திட்டமிட்டு
புளுதி படிந்திருந்த
கால்கள் கழுவி
கைகளினால் நீரருந்தி
வெள்ளையர்கள் பின் வாங்கும்
வெற்றிகளின் நிம்மதியில்
சற்றே கண்ணயர்ந்த

தரை மீது அதே மருது
இன்றும் நிழல் பரப்பும்

அந்த வளைவுக்கு அப்பால்
அதே மறைப்பில்
இன்றும் குளிக்கின்றார்
எங்களது ஊர்ப் பெண்கள்
ஏதுமொரு
ஆர்ப்பாட்டம் இல்லாமல்
பாலியாறு நகர்கிறது.

- 1968

[நகர்கிறது பாலி ஆறு அரை நூற்றாண்டுகளுக்கு முன்னர் எழுதப்பட்ட எனது முதல் கவிதை. இதற்கு முன் எழுதிய கவிதைகளில் பாரதியாரதும் சித்தர்களதும் சாயல் அதிகமாக இருந்ததால் அவற்றைத் தூக்கி வீசிவிட்டேன். பின்னர் சங்கத்தை வாசிக்க ஆரம்பித்தக் காலத்தில் எழுதிய இக்கவிதையே என் முதல் கவிதையானது.]

மெல்லிசைப் பாடல்கள்

1.

கள்ளெனக் கொட்டுதடி வள்ளி
கால வெளியினில் போதைநிலா
அள்ளுது வா வா என
அழைத்திடும் பூங்குயில் கவிமனசை

வாழ்வென்னும் இனிப்பையெல்லாம் அள்ளி
வார்க்குதே வசந்தத்தின் தேன் இரவு
மூழுதே மேனி எங்கும் தாபமாம்
இன்ப வேள்வியின் மோகனத் தீ

நினைவென்னும் நெருஞ்சிமுள் பாலையிலே
நில்லென்று சொல்லி நீ போனதெங்கே
துணை வரும் நிலவுக்கே தெரியுமடி
என் நெஞ்சத்தில் நீயன்றி யாருமில்லை

2.

இனித் தமிழர் அடிமையென தலைபணிதல் இல்லை
இனித் தமிழர் கோழைகளின் வழிதொடர்தல் இல்லை
இனித் தமிழர் மானுடத்தின் விடுதலை என்றெழுந்தார்
இனித் தமிழர் உலகத்தின் விலங்குகளும் தகர்ப்பார்

சிங்களமே ஏன் எமது மண்மீது வந்தாய் - நீ
சிந்தாத செங்குருதி ஏன் சிந்துகின்றாய்
பண்டார வன்னியன் படை நடந்த காடு
பணியாது ஒரு போதும் ஈழவர் எம் நாடு

ஜாதி மத பேதமின்றி
செந்தமிழர் கூடி
நீதி நெறியோடு என்றும்
வெற்றி வாகை சூடி
பாங்கொலிக்கும் பள்ளி
பாடும் கோவில் மணிகள்
மங்களமாய் எங்களது
மண்ணில் வாழ்வு எழுக

சிங்களமே ஏன் எமது மண்மீது வந்தாய் - நீ
சிந்தாத செங்குருதி ஏன் சிந்துகின்றாய்
பண்டார வன்னியன் படை நடந்த காடு
பணியாது ஒரு போதும் ஈழவர் எம் நாடு.

3.

புலரும் வேளையில் யன்னல் ஓரமாய்
கவிதை பாடுகின்றதாரோ
பூக்கள் சிந்திடும் முல்லைப் பந்தரில்
பாக்கள் சூடுகின்றதாரோ - குயிலே

துயரம் தீயெனச் சுட்டபோதிலும்
சுடரும் பொன் உந்தன் வாழ்வு
பொழுது புலர்ந்தது எழுக கவிஞனே
என்று பாடுகின்றதாரோ - குயிலே

வசந்தம் உன்னிடம் சொன்ன சேதிகள்
எனக்கு சொல்லலாகாதா
கசந்த போர்க்களம் நாண மானிடம்
சேர்ந்து பாடக் கூடாதா - குயிலே

4.

கண்ணம்மா இந்தப் பனிகொட்டும் இரவினிலே
இலையற்ற தனிமரமாய் உன்னையே
நினைத்திருந்தேன்

என்று உன் பூவிரல்கள் தீண்டிடுமோ என்று
ஏங்கிடும் வீணையைப் போல் துயருறுதே நெஞ்சம்
பூத்திடும் கனவினில் கானகங்கள் என்றும்
புலர்ந்திடும் வசந்தத்தின் கற்பனைகள்
தேற்றும் உன் காதலில் பாரதியின்
சிந்துகள் பாடிடும் ராத்திரிகள்

5.

வெண்பனி மீது பொன்மலர் சூடும்
செங்கதிரோனை வாழ்த்துகிறோம்
கண்பனி சூடி எம் நினைவோடு
ஏங்கும் எம் தேசத்தை வாழ்த்துகிறோம்

பொங்கல் வாழ்த்துகள் தோழர்களே
பொங்கல் வாழ்த்துகள் தோழியரே

பனை நிழல் வீழும் முற்றத்தில் நின்று
பாசத்தில் வாடும் நெஞ்சங்களே
பனியையும் மீறி பசுமையில் நிமிரும்
பைன்மரம் போன்ற சிங்கங்களே

பொங்கல் வாழ்த்துகள் தோழர்களே
பொங்கல் வாழ்த்துகள் தோழியரே

பூமியில் என்றும் அகதிகள் என்று
புழுதி மண் போல சுழலுவதோ
தாயகம் மீண்டு துயர்களை வென்று
தலைநிமிர்ந்தே நாம் வாழுவதோ

பொங்கல் வாழ்த்துகள் தோழர்களே
பொங்கல் வாழ்த்துகள் தோழியரே

6.

மேலை அணைகளிலே கிழிந்து
மெலிந்த காவேரியாய்
ஏழைக் கவிமனசு ஒடிய
உன்மத்தம் கொண்டதென்ன

ஈழக் கரைகளிலே நலிந்து
ஏங்கிடும் அகதிகள் போல
வாழத்துடிக்குதடி நெஞ்சு வா
எனும் மந்திரச் சொல் கேட்டு

கண்ணில் மனசு உதிர உனது
காதலில் நான் எரிந்தேன்
உன்னில் உயிர் படர அதனை
உரித்துரித்தே எறிந்தாய்

ஐம்புல சிப்பியுள்ளே தைத்து
அறுத்திடும் விழிச்சுடரே
செம்புலப்பெயல் நீராய் நாங்கள்
சேர்ந்திடல் தர்மமடி

7.

வெண்பனி கொட்டும் காலையில் நாங்கள்
பள்ளிக்குப் போகையிலே
சின்னமுயல் என் அருகினில் வந்து ஹாய்
என்று சொல்லியது

ஹாய் ஹாய் ஹாய் ஹாய்

சின்ன முயலே சின்ன முயலே
பள்ளிக்குப் போகலையா
முயல்களின் பள்ளி புல்வெளிதானே
உனக்கிது தெரியலையா
ஐயையோ புரியலையா
புல்வெளி எங்கும் வெண்பனி போர்வை
சாப்பிட ஏதும் இல்லை
அம்மா தந்த ரொட்டியில் பாதி
தந்திட தடையும் இல்லை
எமக்கினி கவலை இல்லை

8.

மாரி மழைக் கரத்தால்
பாய் விரிச்ச பச்சைப்புல்லு
பச்சைப்புல்லு சூடிக்கொண்டு
பவுசு காட்டும் வண்ணப்பூவு
சிட்டாகப் பறந்து வந்து
சிந்து பாடத் துடிக்குதடி
நீ எட்டாது போன பின்பும்
உன்னை நெஞ்சு நினைக்குதடி

கூதலாம் குழவிக் கூடு
குலைந்து போன வாடைக்காலம்
காதலாம் தங்கத் தோணி
கவிழ்ந்து போன வாழ்க்கைக் கோலம்
வண்டாகப் பறந்து வந்து
மலர்ச்சோலை நடுவினிலே
உன்னை எண்ணி உபவாசம்
இருக்கிறதே இன்பம் கண்ணே

நாளை ஒரு நாளையிலே
நடை வரம்பில் கோல மயில்
ஏழை என்னைக் காணக் கூடும்
இதயம் கொஞ்சம் நோகக் கூடும்
யார் மீதும் குற்றம் இல்லை
கோபம் கொள்ள ஞாயமில்லை
ஆலாய் விழுதுவிட்டு
அறுகாக வேர் பரப்பி
மூங்கிலாய்த் தோப்பாகி
வாழ வேண்டும் எந்தன் கண்ணே

9

பொன்னாய் உருகும் மாலையிலே - முடி
புனைந்து அரசாளும் சூரியனே

தென்றல் காற்றின் மோகனமாய் - ஒரு
சிறு குயில் அழைப்பது கேட்கலையா

வானவில் கிண்ணத்தில் மது ஏந்தும் -இள
வாசமலர்களின் கனவுகளோ

வண்ணங்களாலே விண் திரையில் - நீ
வார்க்கிறதெல்லாம் கவிதைகளோ

10.

பயிரோ மழைக்கேங்கும் -கொடும்
பாலையோ நதியிடம் யாசிக்கும்
ஏழையின் காவியங்கள்
உயிர்த்திட உன்னிடம் கையேந்தும்

உயிரினில் இனித்திடவும்
உருக்கிடும் துயரெல்லாம்
அன்பே காதலால்
கருகிடவும்

யாழினை எடுத்தேனடா கண்ணா கண்ணா
இனி நதியென பெருகட்டும்
கவிதை என்றாய்

என் வாழ்க்கையின் தவப்பயனே -சொன்ன
மந்திர வார்த்தைகள் மறந்தனையோ

வானுக்குள் மதிபோல - அந்த
மதியினுள் சுடரும் செங்கதிர்போல

உன் யாழுக்குள் தேன்போல
என் ஊனுக்குள் உயிரானாய்
உள்ளத்தில் ஒளிர்கின்ற கவியானாய்
வீணுக்குள் தள்ளுவையோ - என்னை
விளக்கெனத் தூண்டி நீ அருளுவையோ